आर्टिफिशिअल इंटेलिजन्सच्या वाटेवर

डॉ. आनंद ज. कुलकर्णी

सकाळ प्रकाशन

Artificial Intelligencechya Watewar
© Dr. Anand J. Kulkarni, 2022

आर्टिफिशिअल इंटेलिजन्सच्या वाटेवर

© डॉ. आनंद ज. कुलकर्णी, 2022

प्रथम आवृत्ती   : जून, २०२२

द्वितीय आवृत्ती   : ऑक्टोबर २०२२

मुद्रितशोधन   : महेश कुलकर्णी

मुखपृष्ठ/मांडणी   : सुनील पाटील

प्रकाशक   : सकाळ मीडिया प्रा. लि.

                ५९५, बुधवार पेठ, पुणे- ४११००२

ISBN :   : 978-93-95139-08-3

संपर्क   : ०२०-२४४०५६७८ / ८८८८८ ४९०५०

              sakalprakashan@esakal.com

माझी आई

सौ. वैजयंती जयंत कुलकर्णी

आणि माझे बाबा

श्री. जयंत माधव कुलकर्णी

यांच्या चरणी अर्पण

मनोगत

सतत प्रयत्नांत राहणे हा मानवाचा एक जन्मजात गुणधर्म आहे. त्यातूनच मानवाची उत्क्रांती इतर प्राण्यांच्या तुलनेत वेगाने झाली. या उत्क्रांतीतूनच मानवाचा मेंदू जसा विकसित व प्रगल्भ होत गेला, तसेच त्याच्या हातांची जडणघडणही त्याला पूरक होत गेली. जसे, वस्तू पकडणे, त्या बनवू शकणे, तोडणे आणि जोडणे आदी. यातूनच पुढे अठराव्या शतकात औद्योगिक क्रांती झाली. त्यातून सर्वच मानवी जीवन प्रभावित झाले. अन्य प्राणिमात्रांवर त्याने आधीच विजय मिळवला होता. त्यानंतर मात्र मानवांमध्ये औद्योगिक क्रांतीचा आधार घेऊन चढाओढ सुरू झाली. त्यातूनच पुढे ऑटोमेशनला सुरवात झाली आणि प्रत्येक जण प्रगतीच्या हमरस्त्यावर आला. पुढे दुसऱ्या महायुद्धानंतर डॉ. एलन टुरिंग यांच्या कॉम्प्युटिंग मशिनरी या संकल्पनेनंतर विविध विद्यापीठांनी, तसेच कंपन्यांनी केलेल्या संशोधनातून ऑटोमेशनला कॉम्प्युटर नियंत्रण मिळाले. पुढे अमेरिकेतील हॅनोवर शहरातील डार्टमाऊथ कॉलेजमधील प्रसिद्ध गणितज्ञ डॉ. जॉन मॅकार्थी यांनी 'आर्टिफिशिअल इंटेलिजन्स' किंवा 'कृत्रिम बुद्धिमत्ता' ही संकल्पना पुढे आणली. ती संकल्पना अमेरिकेच्या बोस्टन येथील मॅसेच्युसेट्स इन्स्टिटट्यूट ऑफ टेक्नॉलॉजीने खऱ्या अर्थाने प्रत्यक्षात साकारली. तसेच ती संकल्पना जगातील विविध कंपन्यांनी, विशेषतः जपान सरकारने सुरू केलेल्या 'फिफ्थ जनरेशन कॉम्प्युटर प्रोजेक्ट'मुळे जगाच्या कानाकोपऱ्यात पोचली. आज कॉम्प्युटिंग प्रोसेसर्स स्वस्त झाल्यामुळे प्रत्येक घरात कॉम्प्युटर

तर पोहोचलाच आहे, पण आर्टिफिशिअल इंटेलिजन्सबद्दलही कुतूहल तसेच जागरूकता वाढीस लागली आहे. आज हे तंत्रज्ञान जवळपास सर्वच कंपन्यांमध्ये कमी-अधिक प्रमाणात वापराले जात आहे. येत्या दशकाच्या शेवटपर्यंत तर बाजारातील स्पर्धेत टिकण्यासाठी आर्टिफिशिअल इंटेलिजन्सला पर्याय नाही हे स्पष्ट आहे. आर्टिफिशिअल इंटेलिजन्सचा चंचूप्रवेश घराघरांमध्ये झाला आहे. तरीही सर्वसामान्य माणसाला आर्टिफिशिअल इंटेलिजन्सबद्दल काही पूर्वग्रह व गैरसमज आहेत. अपुरी माहिती किंवा परिपूर्ण माहितीचा अभाव, हेच कारण त्यामागे आहे. त्यामुळे या पुस्तकाच्या माध्यमातून आर्टिफिशिअल इंटेलिजन्सचा इतिहास, संकल्पना, प्राण्यांमधील बुद्धिमत्ता व त्याचे कृत्रिम बुद्धिमत्तेतील रूपांतर, मानवासाठी कचरा व्यवस्थापन, पाण्याचे वितरण, प्रदूषण नियंत्रण, आपत्ती व्यवस्थापन, गुन्हेगारीवर वचक, बांधकाम, वाहतूक व्यवस्था, खेळ, राजकारण, उद्योजकीय उत्पादकता, वन्यजीवन संवर्धन, शिक्षण, बिग डेटा यातील वापर आदी विषयांचा उहापोह याठिकाणी करण्यात आला आहे. याचबरोबर आर्टिफिशिअल इंटेलिजन्सचा रोजगारावर, तसेच जीवनशैलीवर होणाऱ्या परिणामांवरसुद्धा प्रकाशझोत टाकला आहे. सर्व वयोवर्गातील वाचकांसाठी हे पुस्तक उपयोगी ठरावे, अशी आशा करतो.

यातील जवळपास सर्व प्रकरणे 'सकाळ माध्यम समूहा'च्या 'दैनिक सकाळ' व 'साप्ताहिक सकाळ'मधून २०१९ ते २०२२ मध्ये प्रकाशित झाली आहेत. माझे सकाळ समूहातील अत्यंत जवळचे स्नेही माधव गोखले, निरंजन आगाशे, दीपाली चौधरी व सांगलीचे गणेश जोशी यांचे विशेष मार्गदर्शन मला या लेखांत तसेच पुस्तक लिखाणाच्या विविध टप्प्यांवर लाभले. नानयांग टेक्नॉलॉजिकल युनिव्हर्सिटी सिंगापूरमधील माझ्या पीएच.डी.चे मार्गदर्शक डॉ. ताई कांग व कॅनडातील युनिव्हर्सिटी ऑफ राजयानामधील माझ्या 'एमएस'साठीचे मार्गदर्शक डॉ. रेने मायोर्गा यांचे मी विशेष आभार मानतो. त्यांच्याशिवाय माझ्या आर्टिफिशिअल इंटेलिजन्स या विषयातील अभ्यासाची सुरवात देखील झाली नसती. त्याचबरोबर

माझे शेकडो विद्यार्थी, जे जगातील कानाकोपऱ्यात, विविध विद्यापीठांत आर्टिफिशिअल इंटेलिजन्स संबंधित विषयांत अध्ययन व अध्यापन करत आहेत, विविध कंपन्यांमधे त्यासंबंधित काम करत आहेत, त्यांचेदेखील आभार. त्यांच्यामुळे मला आर्टिफिशिअल इंटेलिजन्सच्या विविध पैलूंचे अभ्यास करण्यासाठी साथ मिळत गेली व त्याविषयीच्या ज्ञानात भर घालता आली. आर्टिफिशिअल इंटेलिजन्सचा प्रमुख आधार असलेली 'समर्थांची अतिजीविता बलिष्ठ:' (Survival of the Fittest) ही संकल्पना एकोणिसाव्या शतकातील इंग्लंडमधील थोर शास्त्रज्ञ चार्ल्स डार्विन यांनी विविध प्रयोग व अभ्यासाद्वारे जगापुढे मांडली. त्यांचे हे संशोधन मानवजातीला मार्गदर्शक ठरले आहे. त्यांच्याविषयी ऋण व्यक्त करणे, याठिकाणी यशोचित ठरेल.

माझी आई सौ. वैजयंती जयंत कुलकर्णी व माझे बाबा श्री. जयंत माधव कुलकर्णी यांच्या कायम ऋणात राहणे मी पसंत करीन. आईने प्राथमिक शाळेपासूनच मराठी वाचण्याची व लिहिण्याची आवड निर्माण केल्यामुळे कित्येक वर्षांपासून काहीशा दुरावलेल्या मातृभाषेत लिहिण्यात फारशी अडचण झाली नाही. माझी पत्नी प्राजक्ता आणि माझा मुलगा नित्यम यांचेसुद्धा त्यांनी वेळोवेळी केलेल्या मदतीबद्दल विशेष आभार.

- डॉ. आनंद ज. कुलकर्णी
पुणे

अनुक्रमणिका

शिक्षण आणि अन्य क्षेत्रे

नजीकच्या भविष्यातील दिशा

१

आर्टिफिशिअल इंटेलिजन्सचा इतिहास

आर्टिफिशिअल इंटेलिजन्सचा वापर आज शेती, संरक्षण, रस्ते व विमान वाहतूक, स्मार्ट होम्स, खेळ, उत्पादन, आरोग्य अशा अनेक क्षेत्रांत दिवसागणिक वाढत आहे. येत्या काही दशकांत अगदी रोजच्या प्रत्येक कामात त्याचा वापर अनिवार्य आणि गरजेचा होणार आहे. आर्टिफिशिअल इंटेलिजन्स ही आता विविध विद्यापीठांतील अभ्यासक्रमात एक विद्याशाखा म्हणून उदयास येत असली, तरी ही संकल्पना अलीकडे म्हणजे साधारणपणे ६० वर्षांपूर्वी अस्तित्वात आली. परंतु या क्षेत्राची गेल्या काही दशकांतील भरारी पाहता, भविष्यातील आर्टिफिशिअल इंटेलिजन्सच्या वापराचा अंदाज बांधण्याबरोबरच त्या संकल्पनेच्या पायाभरणीपासूनचा मागोवा घेणेही आवश्यक आहे.

साधारणपणे दुसऱ्या विश्वयुद्धाच्या काळात आणि त्यानंतर ऑटोमेशनचे महत्त्व जगातील जवळजवळ सर्व तत्कालीन विकसित आणि विकसनशील देशाला पटले होते. त्या दृष्टीने पावलेही टाकली जात होती. कॉम्प्युटरचा वापरही १९४०नंतर वाढू लागला होता; परंतु अतिश्रीमंत विद्यापीठे व तंत्रज्ञानाशी संबंधित मोठ्या कंपन्यांमध्ये मोजक्या कामांपुरताच त्याचा वापर मर्यादित होता. कॉम्प्युटरचा वापर क्लिष्ट व अवघड समस्या सोडवण्यात होऊ शकतो, याबाबत विविध तज्ज्ञांचे एकमत झाले होते व त्याप्रमाणे संशोधनही सुरू होते. याच काळात म्हणजे १९५०मध्ये डॉ. ऑलन ट्युरिंग, या ब्रिटिश गणितज्ञाने ऑक्सफर्ड विद्यापीठातर्फे प्रसिद्ध होणाऱ्या 'माईंड' या नियतकालिकेत 'कॉम्प्युटिंग मशिनरी अँड इंटेलिजन्स' या मथळ्याखाली लिहिलेल्या लेखात इंटेलिजन्ट मशिन्स बनवण्याची संकल्पना मांडली. त्याच्या म्हणण्यानुसार मानव ज्याप्रमाणे अनुभवातून शिकतो व त्याआधारे समस्या सोडवतो व निर्णय घेतो, तसेच एखादे

मशिनसुद्धा मिळालेल्या माहितीच्या आधारे शिकू शकते व समस्या सोडवू शकते. परंतु, त्या काळी यासाठी दोन प्रमुख अडथळे होते, ते म्हणजे कॉम्प्युटरच्या प्रचंड किमती. म्हणजे अगदी एका कॉम्प्युटरचे महिन्याचे भाडेसुद्धा त्या काळी कोट्यवधी रुपयांहून अधिक होते.

दुसरे महत्त्वाचे म्हणजे तत्कालीन कॉम्प्युटर गणित सोडवू शकत होता, पण प्रोग्राम कोड तसेच गणिताची उत्तरे लक्षात ठेवण्याची क्षमता त्याच्याकडे नव्हती. त्यामुळे या संकल्पनेला खास प्रतिसाद मिळाला नाही. परंतु, डॉ. एलन टुरिंग यांच्या संकल्पनेच्या धर्तीवरच थिंकिंग मशिन्स ही संकल्पना अमेरिकेत, तसेच युरोपमधे मूळ धरू लागली होती. तिचा आवाका यंत्रमानव व ऑटोमॅटिक मशिन्सपर्यंत मर्यादित होता. पुढे डॉ. एलन टुरिंग यांचे १९५४साली अवघ्या ४१ व्या वर्षी निधन झाले. १९५६साली अमेरिकेतील हॅनोवर शहरातील डार्टमाऊथ कॉलेजमधील प्रसिद्ध गणितज्ञ डॉ. जॉन मॅकार्थी यांनी थिंकिंग मशिन्सवर विचारमंथन करण्यासाठी आठ आठवड्यांच्या कार्यशाळेचे आयोजन केले. त्यामधे जगातील विविध क्षेत्रांतील

- दुसऱ्या महायुद्धाच्या काळात आणि त्यानंतर ऑटोमेशनचे महत्त्व वाढले
- कॉम्प्युटरचा वापरही मर्यादित प्रमाणात १९४०नंतर वाढू लागला
- १९५०मध्ये डॉ. ऑलन ट्युरिंग, या ब्रिटिश गणितज्ञाने इंटेलिजन्ट मशिनची संकल्पना मांडली.
- १९५६साली अमेरिकेत गणितज्ञ डॉ. जॉन मॅकार्थी यांची थिंकिंग मशिन्सवर कार्यशाळा.
- याच कार्यशाळेत सर्वप्रथम 'आर्टिफिशिअल इंटेलिजन्स' विषयावर विचारमंथन
- 'मॅसेच्युसेट्स इन्स्टिट्यूट'मध्ये १९६३साली आर्टिफिशिअल इंटेलिजन्स प्रयोगशाळा.
- १९६४ ते १९६६ या काळात 'एलायझा' नावाचे इंटेलिजन्ट सॉफ्टवेअर
- १९८० च्या दशकाच्या सुरूवातीला जपानचा 'फिफ्थ जनरेशन कॉम्प्युटर प्रोजेक्ट'
- 'आयबीएम', 'ड्रॅगन सिस्टम्स', 'मायक्रोसॉफ्ट', 'ॲपल'चे ९०च्या दशकात मोठे संशोधन
- आयबीएमच्या 'डीप-ब्लू एआय' खेळाडूने बुद्धिमळ जगज्जेता गॅरी कास्पारोव्हला हरवले (१९९०)

आघाडीच्या दहा गणितज्ञांना, कॉम्प्युटर क्षेत्रातील प्राध्यापकांना व अर्थशास्त्रज्ञांना निमंत्रित केले होते. थिंकिंग मशिन्स म्हणजे यंत्रमानव व ऑटोमॅटिक मशिन्स या संकल्पनेपुढे जाऊन विचार करण्याची गरज आहे, असे त्यांचे ठाम मत होते. म्हणून त्यांनी कार्यशाळेचे नामकरण करताना तटस्थ; पण तत्कालीन सीमांपलीकडे क्षितिज विस्तारणारे नाव देण्याचा विचार केला, जेणेकरून विचारमंथनाचा आवाका आपोआप वाढण्यास

मदत झाली. त्यानुसार कार्यशाळेचे 'डार्टमाऊथ समर प्रोजेक्ट ऑन आर्टिफिशिअल इंटेलिजन्स' असे नामकरण करण्यात आले. निवडक शास्त्रज्ञ वगळता उपस्थिती विखुरलेली होती. परंतु मशिनला शिकवण्यासाठी कृत्रिम बुद्धिमत्ता म्हणजेच आर्टिफिशिअल इंटेलिजन्स विकसित करण्याची गरज असल्याचे सर्वांनी एकमताने मान्य केले. महत्त्वाचे म्हणजे, या कार्यशाळेत ॲलन न्यूवेल, क्लीफ शॉ आणि हरबर्ट सायमन यांनी 'लॉजिक थिओरिस्ट' या मानवी बुद्धिमत्तेच्या अनुकरणाच्या आधारावर साधी गणिते सोडवणाऱ्या कॉम्प्युटर प्रोग्रॅमचे प्रात्यक्षिक दाखवले. येथूनच पुढील सुमारे दोन दशकांच्या आर्टिफिशिअल इंटेलिजन्स क्षेत्रातील संशोधनाचा पाया रचला गेला. पुढील काळात इतर तंत्रज्ञानांप्रमाणे त्यामध्येही अनेक चढ-उतार आले.

अनेक कंपन्यांनी रस घेतल्यामुळे १९५५ ते १९७५ या काळात कॉम्प्युटर्सच्या किमती बऱ्याच कमी झाल्या. त्यांचा दर्जा सुधारला. अनेक कॉम्प्युटर सॉफ्टवेअर्स बाजारात आले. त्याचबरोबर कॉम्प्युटरचे प्रोसेसर्स वेगवान झाले. माहिती साठवण्याची क्षमताही वाढीस लागली. त्यामुळे शास्त्रज्ञांना, तसेच कंपन्यांना मशिन लर्निंगच्या माध्यमातून विविध समस्या सोडवणे शक्य होऊ लागले. अमेरिकेच्या बोस्टन येथील 'मॅसेच्युसेट्स इन्स्टिट्यूट ऑफ टेक्नॉलॉजी' विद्यापीठातील १९६३साली स्थापन झालेल्या आर्टिफिशिअल इंटेलिजन्स प्रयोगशाळेचे या प्रवासात मोठे योगदान आहे.

या प्रयोगशाळेत आधुनिक आर्टिफिशिअल इंटेलिजन्सचे जनक मानल्या जाणाऱ्या डॉ. जोसेफ वेईझेनबम यांनी १९६४ ते १९६६ या काळात बनवलेले 'एलायझा' नावाचे इंटेलिजन्ट सॉफ्टवेअर एक उत्तम उदाहरण म्हणता येईल. हे सॉफ्टवेअर एखाद्याने टाइप केलेल्या वाक्यातील ठरावीक शब्दांवरून त्याच्या आशयाचा अंदाज लावून उत्तर देते. अर्थात त्या काळी अत्यंत कमी शब्दसंग्रहाच्या मदतीने एलायझा काम करत असे. आता त्याचे मोबाईल ॲपसुद्धा उपलब्ध आहेत. ज्याचा उपयोग एकटेपणा कमी करण्यासाठी व मानसिक रोग निवारणासाठी मदतनीस म्हणून होत आहे. आता मात्र 'सिरी' तसेच 'अलेक्सा' असे इतर अधिक प्रगल्भ इंटेलिजन्ट बॉट्स मार्केटमध्ये उपलब्ध आहेत.

एलायझा आणि इतर काही इंटेलिजन्ट सॉफ्टवेअरच्या यशामुळे पुढे 'डार्पा' या अमेरिकन सैन्यदलाशी संबंधित संस्थेने आर्टिफिशिअल इंटेलिजन्सचा वापर करून एखाद्या लिपीचे दुसऱ्या लिपीत रूपांतर करणे, भाषांतर करणे, माहितीच्या विश्लेषणाचा वेग वाढवणे आदींसाठी प्रचंड निधी उपलब्ध करून दिला. पुढे एक्स्पर्ट सिस्टम्सचा उदय १९७०सालच्या आसपास झाला. अशा सिस्टीम्समध्ये ठरावीक विषयांच्या संबंधित विविध तज्ज्ञांकडून माहिती गोळा करून जर-तरचे नियम बनवले जातात. त्यानुसार प्रत्येक परिस्थितीप्रमाणे तर्क व अनुमान लावले जाते. तर्काच्या वैधतेनुसार एक्स्पर्ट सिस्टम्समध्ये योग्य बदल करून त्याची प्रगल्भता वाढवली जाते. अशा तत्कालीन निवडक एक्स्पर्ट सिस्टम्सपैकी प्रमुख उदाहरण म्हणजे 'मायसिन'. ही एक्स्पर्ट सिस्टम रक्ताच्या रोगाचे निदान, तसेच त्यावरील औषधे व परिणाम यांच्याशी संबंधित आहे. निदानाच्या अचूकतेनुसार, ही सिस्टम स्वतःमध्ये योग्य बदल करून भविष्यातील उत्तराची अचूकता व विश्वासार्हता वाढवते.

आज, उपलब्ध असलेल्या पाणी व वीज वितरण, वित्त व अर्थव्यवस्था अशा अनेक क्षेत्रांतील एक्स्पर्ट सिस्टम्सच्या यशाचा पाया पन्नास वर्षांपूर्वी रचला गेला. या एक्स्पर्ट सिस्टमचे यश व उपयोग पाहता १९८०च्या दशकाच्या सुरूवातीला जपान सरकारने आर्टिफिशिअल इंटेलिजन्सशी संबंधित संशोधन वाढवण्यासाठी 'फिफ्थ जनरेशन कॉम्प्युटर प्रोजेक्ट' सुरू केला. त्यासाठी त्याकाळी शेकडो अब्ज रुपयांची गुंतवणूक केली. त्यासाठी जगभरातून नावाजलेले कॉम्प्युटर व गणिताच्या तज्ज्ञांना जपानमध्ये बोलावले गेले. हाच तो काळ होता, जेव्हा आर्टिफिशिअल इंटेलिजन्सचा मोठ प्रचार झाला, पण हाताला फारसे काही लागले नाही आणि आर्टिफिशिअल इंटेलिजन्स मानवाशी स्पर्धा करण्यात तोकडे पडले, ते केवळ एक मिथ्या असल्याचे चित्र उभे राहू लागले. त्यामुळे जगभरातील विविध देशांच्या सरकारांनी मदतीचा हात आखडता घेतला.

जपानच्या या प्रोजेक्टमधून मात्र शेकडो जपानी शास्त्रज्ञांची फौजच उभी झाली, ज्यांनी पुढे जपानच्या प्रगतीत मोलाचा हातभार लावला.

जगातील मोठ्या कंपन्या, जसे 'आयबीएम', 'ड्रॅगन सिस्टीम्स', 'मायक्रोसॉफ्ट', 'ऑपल' मात्र आर्टिफिशिअल इंटेलिजन्स क्षेत्रात संशोधनावर प्रचंड भर देत होत्या. आयबीएमने १९९०च्या दशकाच्या अखेरीस बनवलेल्या 'डीप-ब्लू' नावाच्या बुद्धिबळातील कृत्रिम बुद्धिमत्ता धारण करणाऱ्या खेळाडूने तत्कालीन सर्वोत्कृष्ट खेळाडू गॅरी कास्पारोव्हला हरवले आणि एकच खळबळ उडाली. साधारण त्याच काळात ड्रॅगन सिस्टम्सने एखाद्याने बोललेल्या शब्दांचे लेखी स्वरूपात किंवा लिपीत रूपांतर करणारे इंटेलिजन्ट सॉफ्टवेअर मायक्रोसॉफ्टच्या मदतीने बाजारात आणले.

एकविसाव्या शतकाच्या सुरूवातीला 'मॅसेच्युसेट्स इन्स्टिटयूट ऑफ टेकनॉलॉजी' विद्यापीठातील डॉ. सिंथिया ब्रिझिल यांच्या टीमने 'किस्मत' नावाच्या मानवी भावना समजून घेणाऱ्या रोबोटचे प्रात्यक्षिक दाखवले. अत्यंत खुबीने वापरलेले सेन्सर्स, समोरील व्यक्तीच्या बोलण्यातला आशय समजून त्याला प्रतिसाद देण्याचा मिलिसेकंदापेक्षाही कमी लागलेला वेळ आर्दींवरून कॉम्प्युटर्सच्या प्रोसेसिंगच्या वेगाचा, तसेच माहिती साठविण्याच्या क्षमतेतील कमालीच्या प्रगतीचा अंदाज संपूर्ण जगाला आला.

अमेरिकेच्या कॅलिफोर्नियातील 'इंटेल कॉरोपोरेशन'चे सहसंस्थापक गॉर्डन मूर यांनी १९६५ साली कॉम्प्युटर्सच्या प्रोसेसिंगबाबत भाकीत केले होते. त्यानुसार प्रत्येकी दोन वर्षांत कॉम्प्युटर्सच्या प्रोसेसिंगचा वेग दुपटीपेक्षा जास्त गतीने वाढत होता, पण त्याचबरोबर कॉम्प्युटर्सच्या किमती अर्ध्याने कमी होत होत्या. या भाकिताचा प्रत्यय सर्वांना आला आणि आजही येत आहे. स्वस्त झाल्यामुळे, छोट्या-मोठ्या विद्यापीठांना, प्राध्यापकांना, तसेच विद्यार्थ्यांना कॉम्प्युटर्स सहज उपलब्ध होऊ लागले. त्याचबरोबर इंटेलिजन्ट अल्गोरिदम्स बनवता येऊ लागले.

'डार्टमाऊथ समर प्रोजेक्ट ऑन आर्टिफिशिअल इंटेलिजन्स' या कार्यशाळेत आवर्जून उपस्थित असलेल्या डॉ. जॉन हॉलंड यांनी १९७५ साली थोर निसर्ग शास्त्रज्ञ चार्ल्स डार्विन यांच्या 'समर्थांची अतिजीविता बलिष्ठः' (Survival of the Fittest) या संकल्पनेवर बनवलेल्या 'जेनेटिक अल्गोरिदम'चा प्रत्यक्षात उपयोग होऊ लागला होता. निसर्गातील विविध प्रजातींच्या विविध बुद्धिमंतांचे गणिती रूपांतर व पुढे त्याचे इंटेलिजन्ट अल्गोरिदम्समधे रूपांतर करून जटिल समस्या सोडविण्याकडे कल वाढू लागला. आज असे अनेक इंटेलिजन्ट अल्गोरिदम्स जगभरातील शास्त्रज्ञांनी बनवलेले आहेत आणि त्यांचा प्रगल्भतेने वापरही होत आहे.

अल्गोरिदम्सच्या या प्रगतीमुळे, तसेच कमीत कमी जागेत प्रचंड माहिती साठवणे शक्य झाल्यामुळे कॉम्प्युटरच्या डिस्कमधे हजारो फोटो, व्हिडिओ साठवणे, त्यांचे अत्यंत कमी वेळेत प्रोसेसिंग किंवा गरजेनुसार विश्लेषण करणे शक्य होत आहे. त्यामुळे बिग डेटा प्रोसेसिंग ही एक संकल्पना उदयास आली. ज्यामध्ये, अत्यंत कमी वेळेत प्रचंड वेगाने उपलब्ध होणारी माहिती, फोटो, व्हिडिओ, लेखन आर्दींच्या स्वरूपात असू शकते. त्यातून मशिन लर्निंग अल्गोरिदम्स वापरून त्याचे कमीत कमी वेळेत विश्लेषण करणे, त्यांच्यातील विविध दुवे शोधणे शक्य होत आहे.

यावरून आर्टिफिशिअल इंटेलिजन्सचा उतार-चढावांनी भरलेला आजपर्यंतचा प्रवास आपल्या लक्षात आला असेल. या पुढेही अनेक दशके त्याचा वापर प्रत्येक क्षेत्रात अपेक्षितच नव्हे तर अनिवार्य होत गेल्याचे दिसून येते. त्यामुळे आर्टिफिशिअल इंटेलिजन्सच्या सर्वांगीण साधक-बाधक पैलूंचा लेखाजोखा घेणे आवश्यक आहे.

जितके सजीव तितकी बुद्धिमत्ता

कृत्रिम बुद्धिमत्ता किंवा आर्टिफिशिअल इंटेलिजन्स ही संकल्पना आपल्या रोजच्या जीवनातील बऱ्याच प्रणालींमधे वापरली जाऊ लागली आहे. त्यामुळे एकीकडे काही क्षेत्रांत रोजगार कमी होण्याची शक्यता असली तरी, कित्येक क्षेत्रांत प्रचंड वेगाने संधी वाढत असून नवनवीन रोजगार उपलब्ध होत आहेत. त्यांचा अर्थव्यवस्थेला बळकटी मिळण्यासाठी चांगला उपयोग होत आहे. प्रामुख्याने मार्केटिंग, मिलिटरी, शिक्षण, वैद्यकीय सेवा, उत्पादन, हवामान आदी क्षेत्रांत रोजगाराच्या संधी वाढत आहेत. नजीकच्या भविष्यात कृषी, बँकिंग, बांधकाम, औषध निर्माण आदी क्षेत्रांत संशोधनासंबधी संधी वाढतील असे चित्र आहे. या विषयाबद्दल ढोबळमानाने सांगायचे तर निसर्गातील बुद्धिमत्तेचे गणिती रूपांतर पुढे कॉम्पुटर कोड, म्हणजेच कृत्रिम बुद्धिमत्तेत होते आणि पुढे त्याचा उपयोग विविध क्षेत्रांतील जटिल व क्लिष्ट समस्या सोडविण्यासाठी होतो. त्याबाबतच्या विविध पैलूंचा ऊहापोह येथे केला आहे. त्यातून सर्वसामान्यांपर्यंत या संकल्पनेचा गाभा पोहोचेल. त्याविषयी अधिक जाणून घेऊन यातील रोजगाराच्या संधीचा त्यांना उपयोग करून घेता येईल.

साधारणपणे आर्टिफिशिअल इंटेलिजन्ससाठी वापरल्या जाणाऱ्या नैसर्गिक बुद्धिमत्ता तीन प्रकारांत विभागलेल्या आहेत. प्रामुख्याने जीवशास्त्राशी संबंधित बुद्धिमत्ता, प्राण्यांचा व पक्ष्यांचा थवा/झुंड बनवण्याची कार्यपद्धती व त्यामागील बुद्धिमत्ता आणि समाजजीवनातील चालीरीतींवर आधारित बुद्धिमत्ता यांचा त्यामध्ये उपयोग होतो. चार्ल्स डार्विन यांच्या प्राण्यांच्या उत्क्रांतीसंबंधित तत्त्वाचे तसेच पुनरुत्पादन पद्धतीच्या जीवशास्त्रीय संरचनेचे डॉ. जॉन हॉलंड यांनी सर्वप्रथम गणिती रूपांतर करून जेनेटिक

अल्गोरिदम बनवले. योग्य मादी/नर मिळवण्यासाठीची नर/मादींमधील स्पर्धा, मीलन झाल्यानंतर शुक्राणूंमधील स्पर्धा, डीएनएमधील पूरक घटकांचे संयोगीकरण आदी प्रक्रियांचे गणिती रूपांतर झाले आहे. आजपर्यंत जेनेटिक अल्गोरिदमचे विविध प्रकार विकसित झाले आहेत. त्यामध्ये अगदी सरोगसी, वर्ण आदींचे सुद्धा गणिती रूपांतर झाले आहे. स्मार्ट सार्वजनिक वाहतूक व्यवस्था, एव्हिएशन, मिलिटरी, दूरध्वनी यंत्रणा, स्टॉक मार्केट अशा अनेक क्षेत्रांत जेनेटिक अल्गोरिदमचा वापर होत आहे. आयआयटी कानपूरमधील डॉ. कल्याणमय देब यांनी यासंदर्भात मोलाचे योगदान दिले आहे. याच संदर्भात त्यांना अत्यंत प्रतिष्ठेचा शांती स्वरूप भटनागर पुरस्कार मिळाला आहे.

आपण वटवाघळे, लांडगे, व्हेल मासे यांच्या झुंडी तसेच मुंग्यांच्या वसाहती प्रत्यक्षात किंवा टीव्हीवर पाहिल्या असतील. समुद्रातील माशांच्या झुंडीतील प्रत्येक मासा अन्न शोधत असतो. आपल्या आजूबाजूच्या माशांचे अन्नाबद्दलचे आकलन समजून घेऊन प्रत्येक मासा स्वतःची दिशा ठरवतो.

कृत्रिम बुद्धिमत्तेचा असा होतो विकास

☞ निसर्गातील बुद्धिमत्तेचे गणिती रूपांतर पुढे कॉम्प्युटर कोडमध्ये होते.

☞ पुढे त्याचा उपयोग विविध क्षेत्रांतील जटिल व क्लिष्ट समस्या सोडविण्यासाठी होतो

☞ जीवशास्त्रीय प्रणाली, प्राणी व पक्ष्यांची कार्यपद्धती आणि समाजजीवनात आढळते बुद्धिमत्ता

☞ जैविक अल्गोरिदम्स आणि गणितीय सूत्र हा कृत्रिम बुद्धिमत्तेचा पाया

☞ मासे, मधमाश्या, मुंग्या, पक्ष्यांचा थवा यावर मूलभूत संशोधन

☞ गूढ, क्लिष्ट काहीच नाही, संकल्पना समजल्यास मनुष्यासाठी नव्या संधी

☞ भविष्यातील आपत्तींचा अंदाज बांधण्यासाठी वापर

अन्न शोधणे हाच त्या सर्वांचा एक उद्देश असल्यामुळे ते आपोआपच एका ठराविक शैलीमध्ये प्रवास करतात. या झुंडीच्या मानसिकतेमुळे अन्न मिळण्याची शक्यता तर वाढतेच; पण त्यांचे भक्षकांपासून संरक्षणही होते. स्वतःचे आकलन तसेच आजूबाजूच्या माशांचे संरक्षण करण्याची पद्धत समजून घेऊन प्रत्येक मासा स्वतःची पद्धत ठरवतो. ही पद्धत सर्वांना एका झुंडीत एकत्र ठेवते. अशी लाखो छोट्या माशांची झुंड एका ठराविक शैलीमध्ये फिरून मोठ्या भक्षकांपासून स्वतःचे संरक्षण तर करतेच; पण त्यांना पिटाळूनसुद्धा लावते.

पक्ष्यांचे थवे एका ठराविक त्रिकोणी रचनेत उडतात. हवेचा रोध कमी करण्याबरोबरच भक्ष्य शोधणे आणि भक्षकापासून बचाव करणे असे दोन्ही उद्देश साध्य करता येतात. अमेरिकन समाज मानसिकतेचे अभ्यासक जेम्स केनेडी आणि अभियंता रसेल एबेरहार्ट या दोन अमेरिकनांनी या झुंडीचा अभ्यास करून त्याचे १९९५मध्ये गणिती तसेच कॉम्प्युटर कोडमध्ये रूपांतर केले. जगातील कित्येक विद्यापीठांत याचा पुढील अभ्यास चालू आहे. इतर अनेक कारणांबरोबरच माहितीचा अर्थ लावण्यासाठी तसेच वर्गीकरणासाठी त्यांचा उपयोग होत आहे.

मधमाशी आणि त्यांचे फुलातील मध शोधण्याचे कसब यांचे कुतूहल सर्वांनाच असते. मधमाश्या कित्येक किलोमीटर दूर जाऊन मध शोधत असतात. मधाच्या पोळ्यामध्ये राणीव्यतिरिक्त कामकरी, प्रेक्षक आणि टेहळणी करणाऱ्या माश्या असतात. कामकरी माश्या मध शोधतात आणि पुन्हा पोळ्याजवळ येऊन नृत्य करू लागतात. त्यांनी शोधलेल्या मधाचे प्रमाण, गुणवत्ता यानुसार नृत्य बदलते. जेवढे मधाचे प्रमाण आणि गुणवत्ता चांगली त्या प्रमाणात प्रेक्षक असलेल्या माशा कामकरी माश्या बनून तो मध गोळा करण्यासाठी विभागल्या जातात. या मधमाश्यांच्या सामूहिक समन्वय साधण्याच्या उपजत वृत्तीचा टर्कीमधील डार्विस कारबोगा यांनी सखोल अभ्यास करून २००५ साली त्याचे गणिती रूपांतर केले.

बर्फातील लांडग्यांच्या कळपातील शिस्तबद्ध नियोजन हा एक कुतूहलाचा विषय आहे. तसेच त्यांच्या शिकारीची पद्धत हा आर्टिफिशिअल इंटेलिजन्ससाठी संशोधनाचा विषय ठरला आहे. ज्यामध्ये भक्ष्य शोधणे, पाठलाग करणे, जवळ पोचणे, घेरणे, हल्ले करणे, जेरबंद करणे आदी प्रकारांचे कॉम्प्युटर कोड बनवले जातात. मुंग्यांच्या वसाहतींचे सर्वांना प्रचंड आकर्षण असते. मार्को डोरिगो या इटालियन शास्त्रज्ञाने १९९२मध्ये आर्टिफिशिअल इंटेलिजन्स संदर्भात मुंग्याच्या अन्न शोधण्याच्या मेहनतीचे आणि परिश्रमाचे संशोधन गणिती स्वरूपात मांडले. प्रत्येक मुंगी सर्वप्रथम अन्नाचा सर्वत्र शोध घेऊ लागते.

शोध घेत असताना फेरोमोन नावाचे एक रसायन सोडत असते. तिला अन्न मिळाल्यावर त्यातील अत्यंत लहान तुकडा घेऊन वारुळाकडे परत जाताना अन्नाच्या गुणवत्ता आणि प्रमाणानुसार फेरोमोन कमी जास्त प्रमाणात सोडते. जेव्हा इतर अन्नाच्या शोधातील मुंग्यांना हा फेरोमोनचा माग सापडतो तेव्हा त्यासुद्धा त्या मागावरून अन्न गोळा करायला जातात आणि अगदी पहिल्या मुंगीप्रमाणेंच फेरोमोन सोडतात. अशाप्रकारे विस्तीर्ण भागावर पसरलेल्या मुंग्या एका ठरावीक मार्गावरून झुंडीने प्रवास करताना दिसतात, अन्न संपल्यावर त्या गायब झालेल्या दिसतात.

अशाच प्रकारे मानवी समाजजीवनातील विविध संरचना, चालीरीती व व्यवस्थांमधील उत्क्रांती आणि बुद्धिमत्तेचे गणिती रूपांतर व पुढे आर्टिफिशिअल इंटेलिजन्स स्वरूपातील संशोधन सध्या वाढत आहे. प्रामुख्याने खेळातील, राजकीय तसेच युद्धातील स्पर्धा व चढाओढ या संदर्भातील संशोधन मुख्यतः इराण, अमेरिका, ऑस्ट्रेलिया आणि भारतात सुरू आहे.

फुटबॉल खेळातील चढाओढीसंबंधित बुद्धिमत्तेच्या संशोधनासाठी इराणमधील डॉ. हुसेन यांनी उल्लेखनीय योगदान दिले आहे. लीग पद्धतीत संघांमधील तसेच संघातील खेळाडूंमधील सर्वोत्तम बनण्यासाठी लागलेल्या चढाओढीचे व गुणपद्धतीचे कॉम्प्युटर कोड स्वरूप वापरून सर्वोत्तम उत्तर शोधता येते. याचप्रमाणे मी राजकीय पक्षांमधील तसेच कार्यकर्त्यांमधील स्पर्धेवर संशोधन करून त्याचे गणितां रूपांतर व पुढे त्याचा उपयोग करून विविध क्लिष्ट प्रश्न सोडवले आहेत.

लहान मुलांच्या कुतूहलाचे तसेच समाजात पुढे राहण्याच्या उपजत गुणांचा वापर करून बनवण्यात आलेले कोहर्ट इंटेलिजन्स अल्गोरिदम उत्पादन क्षेत्र, मालवाहतूक,

आरोग्य सेवा आदी क्षेत्रांत आघाडी घेत आहे. जगभरातील कित्येक विद्यापीठांमध्ये व संस्थांमधे या सर्व विषयांवर संशोधन सुरू आहे. विशेष म्हणजे या तंत्रांचा उपयोग 'कोविड१९' सारख्या महामारीच्या संदर्भातील अंदाज बांधण्यात होऊ लागला आहे. त्यामुळे प्रादुर्भावाची किंवा उद्रेकाची शक्यता व पूर्वेतिहासाप्रमाणे ठरावीक वसाहतींकडे लक्ष पुरवता येऊ लागले आहे.

या सर्व माहितीवरून एक गोष्ट मात्र कळते, ती म्हणजे आर्टिफिशिअल इंटेलिजन्स हे काही क्लिष्ट, अवघड किंवा काहीतरी गूढ अजिबात नाही. त्यामागची मूळ संकल्पना आपल्या आसपास असलेल्या प्राणी व पक्ष्यांमधूनच आलेली आहे. वर मांडलेल्या या काही ठरावीक प्रातिनिधिक स्वरूपाच्या पद्धती आहेत. निसर्ग व त्यातील विविध जीवांचे तसेच त्यांच्या जीवनचक्राचे निरीक्षण, यातून त्यातील उपजत बुद्धिमत्तेचे अनेक पैलू दिसून येऊ शकतात. 'व्यक्ती तितक्या प्रकृती' हे खरे आहे, तसेच जितके सजीव तितक्या प्रकारच्या बुद्धिमत्ता असतात हे सुद्धा सत्य आहे. गणित विषयाचे सर्वसामान्य ज्ञान मात्र आर्टिफिशिअल इंटेलिजन्ससाठी महत्त्वाचे असते. मुख्य म्हणजे प्राथमिक स्वरूपाच्या संशोधनासाठी खर्च फार नगण्य असतो. डोळे उघडे ठेवून निसर्ग आणि त्यातील विविध पैलू अभ्यासल्यानंतर बुद्धिमत्तेचा उलगडा आपोआपच होऊ लागतो.

स्मार्ट सिटी

स्मार्ट सिटी ही संकल्पना गेल्या काही वर्षांत इतर देशांप्रमाणे भारतातही मूळ धरू लागली आहे. ज्यामध्ये अत्याधुनिक वाहतूक व्यवस्था, पाणी, वीज, तसेच इतर संसाधनांचा सुयोग्य वापर करणे, उद्याने विकसित करणे, नागरिकांच्या विविध समस्यांचे विकेंद्रित पद्धतीने कमीत कमी वेळेत निराकरण करणे, सामान्य नागरिकांना परवडणारी घरे बांधणे, नागरिकांच्या सुरक्षेसाठी कॅमेऱ्यांचे जाळे विकसित करणे, अशा एक ना अनेक उपक्रमांचा समावेश होतो. त्यासाठी भविष्यात कृत्रिम बुद्धिमत्तेचा जास्तीत जास्त वापर केला जाणार आहे. त्या दृष्टीने आपण आतापासूनच त्याविषयी जाणून घेण्याची गरज आहे.

३

शहरांच्या आरोग्यासाठी स्वच्छतादूत

स्मार्ट सिटीशी संबंधित विविध संकल्पनांची सुरूवातच स्वच्छ शहरापासून होते. शहरी भागातील उपलब्ध होणाऱ्या संधींकडे पाहता, वाढणारी लोकसंख्या आणि त्यामुळे करावे लागणारे स्वच्छतेचे व रोज निर्माण होणाऱ्या हजारो टन कचऱ्याचे व्यवस्थापन सर्वांत महत्त्वाचे आहे. त्याशिवाय स्मार्ट सिटी ही संकल्पना प्रत्यक्षात उतरू शकत नाही. निवासी वसाहती, रुग्णालये, बांधकामे आदींपासून निर्माण होणाऱ्या विविध प्रकारच्या कचऱ्याचे वर्गीकरण, विल्हेवाट व पुनर्वापर यासाठी प्रभावी, सक्षम व अत्याधुनिक तंत्रज्ञानाची जोड ही आजची, तसेच भविष्यातील प्रमुख गरजांपैकी एक असणार आहे. वैयक्तिक व सामाजिक आरोग्य जपण्यासाठी, तसेच पर्यावरणाचा समतोल जपण्यासाठी हे अत्यंत आवश्यक आहे. आजच्या डिजिटल तंत्रज्ञानाच्या युगात कृत्रिम बुद्धिमत्तेचा वापर कचरा व्यवस्थापनासाठी करण्याकडे जगातील मोठ्या शहरांतील महापालिका, कंपन्या व सरकारे एक कार्यक्षम पर्याय म्हणून पाहत आहेत. त्याविषयीचा एक आढावा.

कचरा वेचणारे लोक आपण नक्कीच बघितले असतील. ते ओला व सुका कचरा तसेच प्लॅस्टिक, काच, पेपर, धातू आदींचे वर्गीकरण करतात व पुढे विल्हेवाट केंद्राकडे जाऊन रोजीरोटी कमावतात. हा कचरा शहरातील माणसांनीच निर्माण केलेला असतो, पण त्याचे वर्गीकरण करण्यासाठी कामगारांपेक्षा रोबोट्स हा उत्तम पर्याय ठरू शकतो. या क्षेत्रात काम करण्यासाठी सध्या जगातील बऱ्याच कंपन्या पुढे येत आहेत. फिनलंडमधील 'झेन-रोबोटिक्स' कंपनीने इंटेलिजन्ट रोबोट्स बनवले आहेत. ते अत्यंत वेगाने काम करणारे कॉम्प्युटर्स व मशिन लर्निंग अल्गोरिदम्सचा उपयोग करतात. बेल्टवरून जाणाऱ्या कचऱ्याचे फोटो काढले जातात.

मशिन लर्निंग अल्गोरिदम्स या फोटोंचे विश्लेषण करून त्यातील कचऱ्याचे प्रकार ओळखतात. जसे ठरावीक आकार, रंग, जाडी आर्दींवरून एखादी वस्तू धातू आहे कि पेपर आहे वगैरे. त्यानुसार, रोबोट्स त्या कचऱ्यातील ओळखलेली वस्तू उचलून संबंधित बिनमधे टाकतात. मुख्य म्हणजे हा कचऱ्याचा प्रकार ओळखण्याची प्रक्रिया एका सेकंदापेक्षाही कमी वेळेत होते. साधारणपणे एक मानव एका मिनिटामध्ये ३० ते ४० वस्तूंचे वर्गीकरण करू शकतो, तर एक रोबोट एका मिनिटमधे १५०-१६० वस्तूंचे वर्गीकरण करू शकतो. त्याचप्रमाणे, रोबोट्स २४ तास कामास उपलब्ध असतात. यामुळे रोज निर्माण होणाऱ्या हजारो टन कचऱ्याचे वर्गीकरण लवकर करणे शक्य होते. त्याचप्रमाणे त्याची विल्हेवाट वेळेत लावण्यासाठी सुद्धा मदत होते. मुख्य म्हणजे ही इंटेलिजन्ट प्रणाली व अल्गोरिदम्स केलेल्या कामावरून सतत शिकत असतात. म्हणजे, जेव्हा काही ठरावीक प्रकारचा कचरा रोबोट्स ओळखू शकत नाहीत तेव्हा त्यानुसार अल्गोरिदममधे सुधारणा

देशातील विद्यापीठांना संधी

भारतासारख्या देशात कचरा नियोजनाची सर्वात जास्त गरज असताना उदासीनताच दिसून येते. हा एक विरोधाभास म्हणावा लागेल. विद्यापीठांतील विद्यार्थ्यांनी बनवलेले कित्येक प्रकल्प केवळ शैक्षणिक गरजेपुरते राहून गेले आहेत. निधी, देखभाल यांच्या अभावी अनेक सरकारी प्रकल्प गुंडाळून ठेवले गेले आहेत. आजकाल भारतातील बहुतेक सर्व विद्यापीठांत आर्टिफिशिअल इंटेलिजन्सच्या कोर्सेसचे पेव फुटलेले आहे. जवळजवळ सर्व अभ्यासक्रम अगदी पुस्तकी स्वरूपातील शिक्षणासाठी बनवलेले दिसतात. यापेक्षा थोडे पुढे जाऊन व्यवहारात उपयोगी येणाऱ्या संशोधनाची भारतातील विद्यापीठांना संधी आहे.

होते व ते अजून प्रगल्भ बनते.

स्पेनमधील 'सदाको' कंपनीने बनवलेले रोबोट्स व अल्गोरिदम्स प्रामुख्याने पुनर्वापर होणारे प्लॅस्टिक शोधण्याचे काम करतात. जगात प्रत्येक मिनिटाला कित्येक मिलियन टन प्लॅस्टिक विकले जाते. त्यातील १५ टक्क्यांपेक्षा कमी प्लॅस्टिकचा पुनर्वापर केला जाऊ शकतो. सदाको कंपनीचा उपक्रम त्यासाठी खूपच उपयुक्त म्हणावा लागेल. विशेष म्हणजे युरोप बरोबरच प्लॅस्टिकचा प्रचंड वापर होणाऱ्या अमेरिकेतही या कंपनीने काम सुरू केले आहे.

अमेरिकेतील 'एएमपी रोबोटिक्स' या कंपनीने बनवलेले इंटेलिजन्ट रोबोट्स मशिन लर्निंग अल्गोरिदम्स वापरून अन्नाशी संबंधित पुठ्ठ्यांची खोकी कचऱ्याच्या बेल्टवरून ओळखून वेचण्याचे काम करतात. हे रोबोट्स एका मिनिटामध्ये ६० खोकी शोधण्याचे काम जवळजवळ १०० टक्के अचूकतेने करतात. मशिन लर्निंग अल्गोरिदम्सना साधारण खोक्यांचा आकार, येणारा वास, रंग, आदींची माहिती देऊन शिकवलेले असते. असे अल्गोरिदम्स काम करताना होणाऱ्या चुकांमधून सुधारत जातात व चुकीचा कचरा उचलण्याचे प्रमाण नगण्य होते. कंपनीच्या पुढील उद्दिष्टांनुसार अगदी कचऱ्याची मूळ कंपनी कोणती हे सुद्धा शोधून त्याप्रमाणे वर्गीकरण करणे भविष्यात शक्य होणार आहे.

एका ठरावीक कंपनीच्या पॅकिंगच्या पद्धती, आकार, रंग, वास आदींनुसार, ते कोणत्या कंपनीचे आहे हे ठरवून त्याच्या पुढील विशिष्ट वस्तू पुनर्वापर प्रक्रियेसाठी पाठवण्यात येतील. अन्नाशी संबंधित अशी खोकी, विविध कंपन्यांचे कागदी व

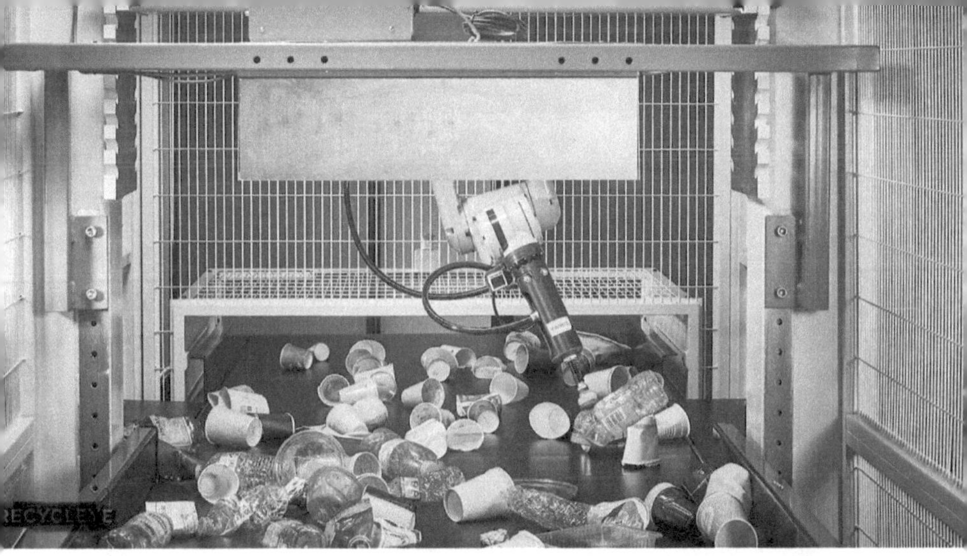

प्लॅस्टिक कप किंवा पॅकिंग्स शोधण्याचा एक उद्देश आहे. त्यानुसार त्यांचा पुनर्वापर करण्यासाठी इतर प्रकारच्या कचऱ्याबरोबरचा अशा खोक्यांचा व पॅकिंग्सचा संपर्क कमी करून त्यांचे शुद्धीकरण होईल. त्यासाठीचा खर्च कमी करून संभाव्य आरोग्यविषयक धोकेही कमी करता येतील. त्याचप्रमाणे, ई-कचरा वर्गीकरणावरही मोठे काम चालू आहे. त्यानुसार विविध बहुमोल धातूंचा शोध घेणे शक्य होणार आहे.

पोलंडमधील 'बिन-ई' नावाच्या कचरा व्यवस्थापनातील एका कंपनीने स्मार्ट बिन्स बनवले आहेत. त्यामध्ये, विविध प्रकारचे सेन्सर्स बसवलेले असतात. सेन्सर्स व मशिन लर्निंगने तंत्रज्ञांनाने सुसज्ज असलेले हे बिन्स ओला कचरा, सुका कचरा, तसेच, काच, पेपर, धातू, प्लॅस्टिक आदी ओळखून त्याचे वर्गीकरण करतात. वर्गीकरण झालेला कचरा ठरलेल्या विविध कप्प्यांमध्ये संकलित केला जातो. हे कप्पे भरत आल्यावर योग्य व्यक्तीला बिन्स रिकामे करण्याबाबत मोबाईलवरील संबंधित ॲपवर अलर्ट केले जाते. महत्त्वाचे म्हणजे, कोणत्याही क्षणी कोणता कप्पा किंवा बिन किती भरला आहे याची माहिती या ॲपवर उपलब्ध होते. यामुळे, पैसा व वेळेचे योग्य नियोजन तर शक्य होतेच, पण कचरा जास्त काळ साठून राहणे व त्यातून पुढील समस्या टाळणे शक्य होते. हे तंत्रज्ञान विविध देशांत सेप्टिक टँकच्या नियोजनासाठी देखील उपयुक्त ठरत आहे. कॅनडातील सायमन फ्रेझर युनिव्हर्सिटीमधे यात्न प्रकारने संशोधन सुरू आहे.

वर्गीकरण झालेल्या कचऱ्याच्या प्रकारानुसार बिनगधील सेन्सर पुढील पुनर्वापराची प्रक्रिया ठरवण्यावर काम चालू आहे. मानवी हस्तक्षेप व त्यातून होणारी चूक कमीत कमी करणे ही याची प्रमुख उद्दिष्टे आहेत.

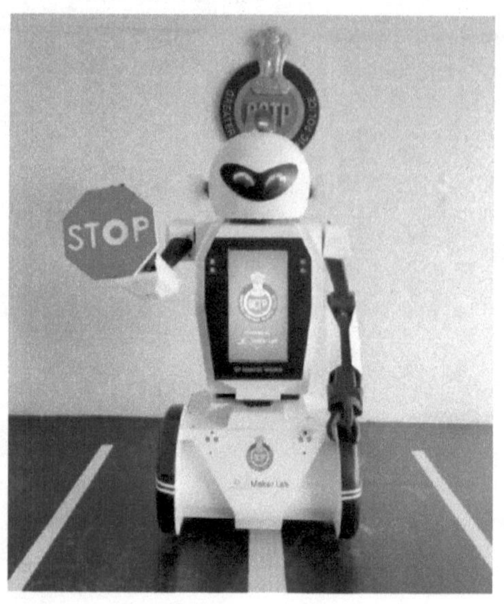

इमारती, पूल आदींच्या बांधकामामुळे होणारा कचरा पडून राहणे आणि त्याचे दुष्परिणाम आसपासच्या रहिवाशांना भोगायला लागणे हे काही नवीन नाही. ऑस्ट्रियामधील वेस्टबॉक्स नावाच्या कंपनीने ओला-उबेरच्या प्रवाशांच्या पुलिंगच्या धर्तीवर आर्टिफिशिअलचा इंटेलिजन्स आधारित ॲप बनवले आहे. बांधकामावरील अधिकाऱ्याने साधारण कचऱ्याचा प्रकार, वजन आदींची माहिती ॲपमध्ये दिल्यास साइटपासून जवळ असलेले कचरा वाहतूक करणारे ट्रक शोधले जातात. त्यातील रिकामी असलेली जागा व क्षमता, तसेच त्यातील अगोदर असलेल्या कचऱ्याच्या प्रकारानुसार ठरावीक ट्रकच्या ड्रायव्हरला सूचित केले जाते. त्यामुळे वाहतुकीचा खर्च वाचवण्यात तसेच कचरा वाहतुकीमुळे होणारे प्रदूषण कमी करण्यास मदत होत आहे. त्याचबरोबर, बांधकामाची साइटसुद्धा नियमितपणे स्वच्छ ठेवली जाते.

आधी सांगितल्याप्रमाणे जसा तयार झालेला कचरा बिन्समधे गोळा करून पुढील वर्गीकरण वगैरे करता येते, तसेच नदीतील कचरा उचलणे हा सुद्धा एक मोठा प्रकल्प किंवा योजना ठरू शकते. भारतातील 'ओम्नीप्रेझेन्ट' नावाच्या कंपनीने इंटेलिजन्ट रोबोट बनवलेला आहे. तो प्रामुख्याने 'नमामि गंगे' या प्रकल्पात वापरला जातो आहे. इंटेलिजन्ट अल्गोरिदम्स पाण्यातील कचरा व त्याचा प्रकार ओळखतात व हा रोबोट त्यानुसार तरंगणारा कचरा गोळा करतो. हा रोबोट आधुनिक असला तरी त्यामध्ये अजूनही खूप काम होणे बाकी आहे. कंपनी त्यावर अहोरात्र मेहनत घेत आहे. त्यांना त्यात यशही मिळत आहे.

जगात दररोज २०० अब्ज टनांपेक्षा जास्त कचरा तयार होतो. प्रचंड लोकसंख्या, सतत होणारे निर्माण कार्य, औद्योगिकीकरण आदींमुळे भारताचा त्यातील भाग खूप मोठा आहे. जगातील विकसित देश कचरा नियोजनावर मोठा

खर्च करत आहेत. विविध कंपन्या, स्वयंसेवी संस्था, विद्यापीठे त्यात संयुक्तपणे हातभार लावत आहेत. एका छोट्या विभागासाठी मार्गदर्शक प्रकल्प व त्यावरून पूर्ण विद्यापीठासाठी आर्टिफिशिअल इंटेलिजन्स आधारित कचरा वर्गीकरण व प्रक्रिया प्रकल्प उभारले जाऊ शकतात. त्यासाठी सरकारी मदतही मिळवता येऊ शकते. स्मार्ट सिटी उपक्रमात हे खूप मोठे योगदान असू शकते.

मोठ्या कंपन्या, तसेच स्टार्टअप्ससाठी अगदी नजीकच्या भविष्यातील एक मोठी संधी आहे, कारण कचरा वर्गीकरणाचे विकेंद्रीकरण ही एक सुरूवात आहे. पुढे माणसांकडून कचरा उचलणे, विल्हेवाट लावणे आदी कमी होईल. त्यांना अधिक चांगले काम देणे शक्य होईल, तसेच त्यांचे व त्यांच्या कुटुंबीयांचे आरोग्य सुधारण्यात मोलाची मदत होऊ शकेल.

जलव्यवस्थापनाचा परिपूर्ण आधार

नैसर्गिक संसाधनांचा कमीत कमी, पण प्रभावी वापर करणे ही काळाची गरज आहे. तेल, कोळसा, वीज, लाकूड आदींचा कमीत कमी वापर झाला पाहिजे हे आपण जाणतोच. त्यासाठी जगातील जवळजवळ सर्व सरकारे प्रयत्नशील आहेत. तितकेच महत्त्वाचे संसाधन म्हणजे पाणी. पाणी हेच जीवन! निरामय जीवनासाठी योग्य प्रमाणात व शुद्ध पाण्याची नितांत गरज असते. गेल्या काही दशकांपासून प्रदूषण व पिण्यायोग्य पाण्याची टंचाई हे जागतिक संकट बनले आहे. हवामानातील सततच्या बदलांमुळे पाणी दूषित होण्याचे प्रमाण वाढत आहे. यावरील दीर्घकालीन व टिकाऊ उपाय अजून तरी नजरेच्या टप्प्यात नाहीत. युनिसेफ आणि जागतिक आरोग्य संघटनेच्या अहवालानुसार विश्वातील प्रत्येक तीनपैकी एका व्यक्तीस पिण्यायोग्य पाणी मिळत नाही. जगातील कित्येक शास्त्रज्ञ कृत्रिम बुद्धिमत्ता वापरून शेती, रस्ते आणि विमान वाहतूक व इतर विविध क्षेत्रांतील जटिल समस्या सोडवत आहेत. त्याचप्रमाणे योग्य नियोजन करून पाण्याचा अपव्यय टाळणे, शुद्धीकरण प्रक्रिया नियंत्रित करणे, कमीत कमी वेळेत ग्राहकांना योग्य सेवा देणे, खर्च कमी करणे आदीसुद्धा शक्य होणार आहे. पाण्याच्या व्यवस्थापनामधे सार्वजनिक वितरण व्यवस्था, पाणी शुद्धीकरणाची व्यवस्था, सांडपाण्याचे शुद्धीकरण व विल्हेवाट, पर्जन्यमानाचा अंदाज, धरणाच्या पाण्याचे नियोजन असे अनेक पैलू आहेत. प्रत्येक विषय जरी एकमेकांशी संबंधित आणि अवलंबून असला तरी त्या प्रत्येकाची व्याप्ती खूप मोठी आहे. त्यामुळे या प्रत्येक विषयावर स्वतंत्रपणे लिहिणे शक्य आहे.

'इंडिया टुडे'च्या एका अहवालानुसार भारतात नळाद्वारे येणाऱ्या ४० टक्के पाण्याचा अपव्यय फक्त जलवाहिन्यांमधील गळतीमुळे होतो. तसेच भारतातील साधारणपणे चार

लोकांचे कुटुंब प्रत्येक वर्षी सरासरी ३५ हजार लिटर पाणी वाया घालवते. पाणी अत्यंत मौल्यवान असते. त्याचे जलाशयापासून शुद्धीकरण प्रकल्पापर्यंतचे वहन, तेथील प्रक्रिया, पुढे ग्राहक किंवा लाभार्थ्यांच्या घरापर्यंत किंवा कारखान्यांपर्यंत पोहचविणे हा खर्च प्रचंड असतो. सतत पाहणी करून, नियमित देखभाल, दुरुस्ती, आदी करून खर्च कमी करता येऊ शकतो. पण बिघाड होण्याच्या बऱ्याच आधीच सूचना मिळणे व दुरुस्ती करणे यातून होणारा पाण्याचा व पैशांचा प्रचंड अपव्यय टाळता येऊ शकतो.

जलाशयापासून ते वापराच्या जागेच्या नळापर्यंत विविध ठिकाणी सेन्सर्स बसवले जाऊ शकतात. हे सेन्सर्स, पाण्याचा विशिष्ट आवाज, प्रवाहाचे प्रमाण, तापमान, दाब, कंपने आदी मोजत असतात. आजच्या डिजिटल युगात इंटरनेट ऑफ थिंग्स (आयओटी) व मशिन लर्निंग अल्गोरिदम्सचा वापर करून या माहितीचा अचूक अर्थ लावता येणे शक्य होत आहे. त्यातून येणाऱ्या निष्कर्षांवरून कोणत्या जागी पाण्याची गळती आहे हे तत्काळ शोधता येऊ शकते. त्यानुसार संबंधित व्हॉल्व्ह बंद

जलवाहिनीतील बिघाड, गळती रोखणार 'स्काडा'

प्रमुख विकसनशील देशांत 'स्काडा' प्रणाली वापरण्यात येते. त्यामध्ये पाण्याच्या वितरणासंबंधी सर्व माहिती गोळा केली जाते. त्याचे विश्लेषण करून त्यानुसार दुरुस्ती व कार्यवाही केली जाते. आशियाई विकास बँकेच्या अहवालानुसार आर्टिफिशिअल इंटेलिजन्स व मशिन लर्निंग आधारित पाण्याची वितरण व्यवस्था काळाची गरज बनते आहे. अशा व्यवस्थेला 'हायड्रॉलिक मॉडेलिंग-२' असे नाव देण्यात आले आहे. त्यामध्ये उपलब्ध होणारी माहिती, विविध सेन्सर्सकडून गोळा केली जाणारी प्रत्येक सेकंदाची माहिती, गेल्या काही महिन्यांतील, वर्षांतील, शहरातील विविध विभागांमधील पाण्याची कमी-अधिक होणारी मागणी, ग्राहकांच्या तक्रारी, त्यावर केलेले उपाय आदींचा उपयोग मशिन लर्निंग अल्गोरिदम्स, वितरण समस्यांवरील संभाव्य बिघाड, गळती व त्यावरील उपाय शोधण्यासाठी करतात. भविष्यात पाण्याच्या गळतीमुळे व चोरीमुळे होणारे ४० अब्ज रुपयांचे प्रत्यक्ष व अप्रत्यक्ष नुकसान कृत्रिम बुद्धिमत्तेने दूर करता येईल.

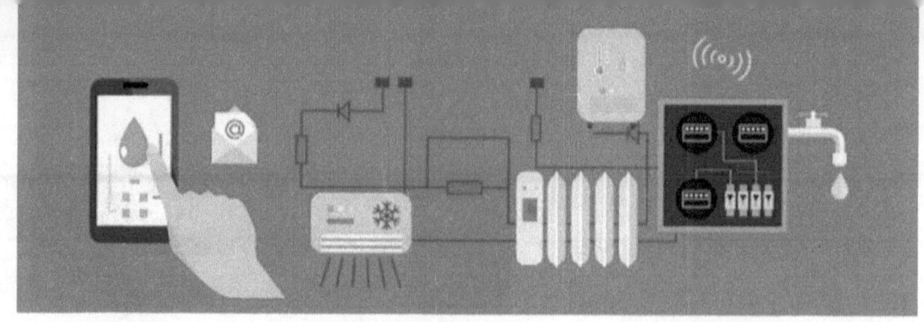

करता येतील व पुढील दुरुस्ती करता येईल. अशीच प्रणाली रहिवासी सोसायट्यांमध्ये बसवता येईल व तेथील पाण्याचा गळतीमुळे होणारा अपव्यय थांबवता येईल.

विशेष म्हणजे अशा प्रणालीचा वापर पाण्याची चोरी शोधण्यासाठी सुद्धा करता येऊ शकेल. अशा प्रणालींना एक्स्पर्ट सिस्टीम्स असे सुद्धा म्हणतात. त्याच अहवालानुसार आर्टिफिशिअल इंटेलिजन्स आधारित पाण्याच्या स्मार्ट वितरण व्यवस्थेमुळे वर्षाकाठी साधारणपणे ८ टक्के पाण्याची बचत होऊ शकते. त्यानुसार पुढील प्रयत्न सुरू आहेत, जेणेकरून हे प्रमाण अजूनही वाढवता येऊ शकेल. इंग्लंडमधील एका पाण्याच्या वितरणसंबंधी सेवा देणाऱ्या एका कंपनीने पाण्याची गळती रोखण्यासाठी एक्स्पर्ट सिस्टम विकसित केली आहे. ज्यामधे पाण्याचा दाब व प्रवाह मोजणारे सेन्सर्स विविध ठिकाणी बसवलेले आहेत. प्रत्येक १५ मिनिटाला हे सेन्सर्स आकडे देत असतात.

एक्स्पर्ट सिस्टममधील इंटेलिजन्ट सॉफ्टवेअर मानवाच्या मेंदूमधील न्यूरॉन्सच्या माहितीच्या विश्लेषणाच्या आधारावर बनवलेले आहे. त्याला आर्टिफिशिअल न्यूरल नेटवर्क म्हणतात. असे नेटवर्क आधारित इंटेलिजन्ट सॉफ्टवेअर वितरण व्यवस्थेला अधिकाधिक शिकण्यास मदत करतात. त्यातूनच वितरण व्यवस्थेतील संभाव्य बिघाड शोधला जातो. या प्रणालीमुळे समस्या उद्भवण्याची शक्यता दिसल्यास आगाऊ प्रतिबंधित उपाययोजना केल्या जातात. त्याचा परिणाम म्हणजे कंपनीच्या ग्राहकांच्या तक्रारी कमी होत आहेत व ग्राहक नव्याने जोडले जात आहेत. सध्याची ग्राहकांची ७० लाखांहून अधिक संख्या एक्स्पर्ट सिस्टम्सचे यश दर्शवत आहे. हॉलंडमधील 'वॉटरनेट' कंपनी याच धर्तीवर मोठ्या शहरांतील विविध छोट्या पाणीवितरण व्यवस्थांना एकत्र जोडण्याचे काम करत आहे.

अमेरिकेतील 'ब्लूफिल्ड रिसर्च' या शहरांसाठी, तसेच कारखाने व उद्योगांसाठी पाण्याच्या वितरणासंदर्भातील सेवा देणाऱ्या कंपनीचे निर्देशक विल मेझ यांच्या म्हणण्यानुसार आर्टिफिशिअल इंटेलिजन्समुळे या क्षेत्रात प्रचंड सकारात्मक उलथापालथ होण्याची शक्यता आहे. ब्लूफिल्डच्या संशोधनानुसार आर्टिफिशिअल इंटेलिजन्स आधारित प्रणालींमुळे कित्येक हजार किलोमीटर्सच्या पाण्याच्या पाइपलाइन्सची तपासणी केवळ काही तासांत शक्य होते. तपासणीसाठी बनवलेले इंटेलिजन्ट सॉफ्टवेअर ठरावीक ठिकाणी एका दिवसापासून ते पुढील पाच वर्षांत होणाऱ्या बिघाडाचा अंदाज बांधू शकते,

तसेच त्या बिघाडामुळे होणारे नुकसान व इतर परिणामांची माहितीसुद्धा सांगू शकते. कंपनीच्या अभ्यासावरून व प्रयोगांवरून बांधलेल्या अंदाजानुसार २०२७ पर्यंत जर आर्टिफिशिअल इंटेलिजन्सचा वापर असाच वाढवत नेला, तर जगभरात पाण्याच्या गळतीमुळे व चोरीमुळे होणारे ४० अब्ज रुपयांचे प्रत्यक्ष व अप्रत्यक्ष नुकसान कमी करण्यासाठी मोठी मदत होऊ शकते.

ऑस्ट्रेलियामधील शास्त्रज्ञ एनग्युएन आणि त्यांच्या टीमने 'ऑटोफ्लो' नावाचे इंटेलिजन्ट सॉफ्टवेअर बनवले आहे. मशिन लर्निंग आधारे काम करणारे हे सॉफ्टवेअर, वॉटर मीटरमधून सेन्सर्सचा वापर करून पाण्याच्या वापराचे वर्गीकरण करते. जसे शॉवर, टॉयलेट, कूलर, डिश वॉशर, बागेसाठी पाणी, आदींचा त्यात समावेश होतो. पाण्याचा पुरवठा व वापर याचे कोष्टक ग्राहकाच्या मोबाईल व कॉम्प्युटरवर उपलब्ध करून दिले जाते. विशेष म्हणजे, साधारणपणे तितकेच लोक असलेल्या कुटुंबामध्ये किती पाण्याचा वापर होतो व ऑटोफ्लो सॉफ्टवेअर वापरणाऱ्या घरात किती होतो आहे, याची तुलना सुद्धा देते. त्यानुसार ग्राहकांना पाणी वापराचे टार्गेट सेट करण्यात मदत करते. त्यानुसार रोजच्या वापराप्रमाणे हे सॉफ्टवेअर सूचना देत जाते. यातून पाण्याची बचत व योग्य वापर शक्य आहे.

सर्वांत महत्त्वाचे म्हणजे, पाण्याच्या गळतीचाही अंदाज यावरून लावता येतो. शास्त्रज्ञांच्या दाव्यानुसार या सॉफ्टवेअरची अचूकता ९० टक्क्यांहून अधिक आहे. यामुळे पाण्याचा सुयोग्य पद्धतीने वापर करणे शक्य होत आहे. ऑस्ट्रेलियन वॉटर असोसिएशनच्या एका नियतकालिकात यासंबंधीची आकडेवारी देणारा लेखही उपलब्ध आहे. पाण्याची वितरण व्यवस्था ही अगदी छोट्या शहरांसाठी देखील एक अत्यंत जटील समस्या आहे. त्यातूनच गेल्या ५० वर्षांपासून जगातील जवळजवळ सर्वच देशांत शहरीकरण वाढते आहे व जटिलता सुद्धा वाढत आहे. शुद्ध पाणी घरोघरी पोचवणे ही जशी प्रशासनाची जबाबदारी आहे तशीच त्यामधे संशोधन करणे, बदल सुचवणे, अगदी प्रायोगिक पद्धतीत असे बदल यशस्वी करून दाखवणे ही विद्यापीठांची सुद्धा जबाबदारी आहे. अगदी एका छोट्या खोलीमध्ये असे प्रयोग यशस्वी करून दाखवणे तसेच त्याचे एक मूर्त स्वरूप विद्यापीठांतील एखाद्या विभागात उपयोगात आणून दाखवणे सहज शक्य आहे.

५

प्रदूषण नियंत्रणाचा रामबाण

प्रदूषणाची समस्या जगातील प्रमुख समस्यांपैकी एक आहे. जमीन, पाणी आदींबरोबरच हवेचे प्रदूषण ही एक गंभीर समस्या आहे. जागतिक आरोग्य संघटनेच्या सर्वेक्षणानुसार प्रत्येकी १० पैकी ९ लोक प्रत्यक्षपणे प्रदूषित हवेच्या सान्निध्यात राहतात. त्याचबरोबर दरवर्षी साधारणपणे ७० लाख लोकांचा वायू प्रदूषणाशी संबंधित आजारांमुळे मृत्यू होतो. ग्रीनपीस या स्वयंसेवी संस्थेच्या एका अहवालानुसार जगातील ३० सर्वांत प्रदूषित शहरांमध्ये भारतातील २२ शहरे येतात. त्यावरून ही समस्या भारतासाठी किती भयावह आहे, याचा सहज अंदाज येऊ शकतो. विविध प्रकारची वाहने, कारखाने, घरगुती तसेच उद्योगांसाठी लागणारी ऊर्जा निर्माण करण्यासाठी चालणारे औष्णिक विद्युत प्रकल्पसुद्धा प्रचंड प्रदूषण करत असतात. जगातील जवळजवळ सर्वच देश व कारखाने, प्रदूषण कमी करण्यासाठी विचारमंथन करत आहेत, विविध उपाययोजना तयार करत आहेत. त्यासाठी तंत्रज्ञानाची मदत घेतली जात आहे. त्यातून हवेच्या प्रदूषणाची मोजणी, प्रदूषणाचे स्रोत किंवा मूळ शोधणे, पुर्वानुमान, उपाययोजना करणे शक्य होणार आहे. आर्टिफिशिअल इंटेलिजन्स आधारित अल्गोरिदम्समुळे विविध संसाधनांचा कमीत कमी वापर करून जास्तीत जास्त उत्पन्न मिळवणे शक्य होत आहे. प्रदूषण कमी करण्यासाठी कृत्रिम बुद्धिमत्तेचा वापर अपरिहार्य होताना दिसत आहे. त्याचा उपयोग अजूनही प्राथमिक स्वरूपाचा असला तरी, प्रदूषणाचे निरीक्षण, शोध, मोजणी, पुर्वानुमान आदी सर्व बाबींमध्ये अगदी नजीकच्या भविष्यात योगदान अत्यंत मोलाचे ठरू शकते.

ऑस्ट्रियातील व्यवस्थापन क्षेत्रातील जगप्रसिद्ध सल्लागार डॉ. पीटर ड्रकर यांच्या मते कोणतीही समस्या सोडावयाची असेल तर सर्वांत आधी ती मोजावी लागते. त्याच

आधारावर गेल्या अनेक वर्षांपासून चीनमधील १६१ पैकी १४५ शहरांत विविध ठिकाणी सेन्सर्स बसवून प्रदूषणाचे आकडे मोजले जात आहेत. लंडनमधील सातोशी सिस्टीम्स, लोबोरो विद्यापीठ आणि चीनमधील शेंझेन इन्स्टिट्युट आदींनी संयुक्तरीत्या केलेल्या संशोधनाने प्रदूषणाचा अंदाज बांधता येणे शक्य झाले आहे.

मशिन लर्निंगच्या तंत्राचा वापर करून, मागील काही वर्षांतील प्रदूषणाचे विविध आकडे, वेळ, लोकसंख्या, तत्कालीन ऋतू व हवामान, लोकांची वर्दळ आदींवरून प्रदूषणाच्या पातळीचा संबंध जोडणारे गणित मांडण्यात आले आहे. आदींच्या उपलब्ध माहितीवरून पुढील प्रत्येक दोन तास ते दोन दिवसांपर्यंतचा शहरातील विविध भागांतील प्रदूषणाच्या पातळीचा अंदाज बांधता येऊ लागला आहे. यावरून शहर प्रशासनाला प्रदूषणाच्या स्रोतांचा अंदाज येतो. त्यावर विविध संशोधक व धोरणकर्ते योग्य उपाययोजना आखत आहेत. त्यावरून अंदाजाची अचूकता वाढत आहे. विशेष म्हणजे, नागरिकांच्या आरोग्यावर त्याचा सकारात्मक परिणाम होण्यास मदत होणारच

हवेच्या प्रदूषणाची समस्या विकसनशील, तसेच अविकसित देशांत अत्यंत गंभीर आहे. परंतु अशाच अविकसित युगांडामधील मॅकेरेरे विद्यापीठातील 'इंजिनिअर बाइनोमुगीषा' नावाचा शास्त्रज्ञ मात्र देशाची ही समस्या सोडवण्यासाठी जागृत राहून काम करतो आहे. २०१९ मध्ये गुगलकडून अर्थसाहाय्य मिळवून या अवलियाने अगदी तळहातावर मावणारा प्रदूषण मोजणारा सेन्सर बनविला आहे. युगांडामधील लोकप्रिय अशा मोटरसायकल टॅक्सीवर तो सेन्सर बसवला जातो. या मोटरसायकल शहरात सर्व ठिकाणी फिरताना प्रदूषणाची वास्तविक माहिती विद्यापीठातील सर्व्हरकडे पाठवतात. तेथे त्या सर्व माहितीचे इंटेलिजन्ट अल्गोरिदम्स वापरून विश्लेषण केले जाते. त्यावरून सरकारला शहरातील विविध विभागांतील, रस्त्यांवरील वास्तविक व प्रत्यक्ष प्रदूषणाच्या पातळीची माहिती उपलब्ध होते. 'इंजिनिअर बाइनोमुगीषा' यांनी या प्रकल्पाला 'एअरक्यूओ' असे नाव दिलेले आहे. त्यांच्या म्हणण्यानुसार प्रदूषणाची विभागवार व अचूक मोजणी पुढील सुधारात्मक पाऊल उचलण्यात उपयोगी ठरणार आहे.

आहे; पण त्याचा उपयोग कार्बन-ट्रेडिंगसाठी सुद्धा होत आहे.

या संदर्भात इंग्लंडमधील प्रतिष्ठित सॉदम्पटन विद्यापीठातील डॉ. अलेक्सान्ड्रोस झेनोनोस यांनी अत्यंत महत्त्वाचे संशोधन केले आहे. त्यांनी सामान्य माणसांना संशोधनात सामावून घेतले आहे. त्यांनी आकाराने छोटे, बॅटरीवर चालणारे व वजनाने हलके प्रदूषण मोजणारे सेन्सर्स बनवले आहेत.

हे सेन्सर्स शहरातील ठरावीक ठिकाणी बसवण्यापेक्षा काही सामान्य नागरिकांच्या ताब्यात दिलेले आहेत. असे स्वयंसेवक घराबाहेर पडल्यावर सेन्सर्स चालू करतात. मोजलेले प्रदूषणाचे आकडे विद्यापीठातील सर्व्हरकडे पाठवले जातात. तेथे आर्टिफिशिअल इंटेलिजन्स आधारित अल्गोरिदम्स या सेन्सर्सच्या माहितीचे विभागवार वर्गीकरण करतात व प्रदूषणाची पातळी निश्चित केली जाते. यामुळे वास्तविक व प्रत्यक्ष प्रदूषणाचे मूल्यमापन व निरीक्षण शक्य होत आहे. मुख्य म्हणजे, जेवढे स्वयंसेवक वाढतील तेवढा प्रदूषणाच्या पातळीचा अंदाज अधिक अचूकतेने मोजण्यासाठी मदत होणार आहे. प्रदूषणाच्या पातळीत सातत्याने वाढ दाखवणाऱ्या छोट्यात छोट्या विभागांतही उपाययोजना आखता येणेही शक्य होणार आहे.

प्रदूषण टाळण्यासाठी विविध ठिकाणी सेन्सर्स बसवणे, उपग्रहाच्या छायाचित्रांवरून प्रदूषणाच्या पातळीचा अंदाज बांधणे आदींवर कित्येक कोटी रुपये खर्चूनही हे उपाय तोकडे पडताना दिसत आहेत. बंगळुरूमधील अक्षय जोशी व मधुसूदन आनंद यांची 'अँबी' नावाची कंपनी प्रदूषण मोजणारे विविध सेन्सर्स, अमेरिकन तसेच युरोपियन उपग्रहांकडून उपलब्ध होणारी वास्तविक व प्रत्यक्ष माहिती, तसेच पूर्वीची असलेली माहिती, रस्त्यावरील वाहतूक, बांधकामे, हवामान अशा अनेक बाबींची सांगड घालून शहरातील तसेच विविध भागातील प्रदूषणाची पातळी याचा अंदाज वर्तवते. अँबी कंपनी स्वतःचे तसेच सर्वसाधारणपणे उपलब्ध मशिन लर्निंग अल्गोरिदम्स वापरते. त्यांचे मोबाईल ॲप्लिकेशन्सही बाजारात उपलब्ध आहेत. ते आपल्या स्थानानुसार तेथील प्रदूषणाची पातळी सांगतात तसेच पुढील अंदाज वर्तवतात.

प्रदूषण नियंत्रणाचाच एक भाग म्हणून, जगातील कित्येक देशांत इंटेलिजन्ट वाहतूक नियंत्रण यंत्रणा बसवलेली आहे. सिंगापूर व जर्मनी या देशांनी यात, पूर्वीच आघाडी घेतली आहे. तेथे प्रत्येक चौकातील रस्त्याच्या पृष्ठभागाखाली सेन्सर बसवले जातात. ते सेन्सर्स चौकातील प्रत्येक रस्त्यावरील वाहनांच्या रहदारीची तसेच आजूबाजूच्या चौकातील वाहतुकीची माहिती कॉम्प्युटरला पुरवतात. त्यावरून आर्टिफिशिअल इंटेलिजन्स आधारित अल्गोरिदम्स प्रत्येक रस्त्याच्या ग्रीन व रेड सिग्नलच्या वेळांत योग्य बदल

करतात. यामुळे वाहतूक कोंडी टाळण्यास मोठी मदत होते आहे. तसेच विविध ठिकाणी बसवलेल्या कॅमेऱ्यांमधून मिळणाऱ्या रहदारीच्या माहितीचे विश्लेषण करून सिग्नलच्या वेळा बदलत राहण्यासाठी 'सीमेन्स मोबिलिटी' नावाची प्रणाली उपयोगी ठरते आहे.

गुगल गॉस जसे गर्दी असलेली किंवा अपघात झालेली ठिकाणे टाळून गाडीसाठी मार्ग उपलब्ध करून देते तसे संभाव्य गर्दी होण्याची ठिकाणे शोधून आगाऊ मार्ग बदलणाऱ्या स्मार्ट प्रणालीसुद्धा आता बनवल्या जाऊ लागल्या आहेत. या सर्व प्रयत्नांमुळे जास्त रहदारीचे रस्ते लवकर मोकळे होण्यात अत्यंत मोलाची मदत होणार आहे. इंधनाची प्रचंड बचत तर होईलच, पण प्रदूषण कमी होण्यातही मदत होत आहे. ओला-उबेरसारख्या टॅक्सी कंपन्या आर्टिफिशिअल इंटेलिजन्स आधारित अल्गोरिदम्सचा वापर करूनच प्रवाशांचे 'पुलिंग' करतात, त्यामुळे प्रत्यक्ष तसेच अप्रत्यक्षपणे इंधनाची बचत होऊन प्रदूषण कमी होण्यास मदत होत आहे. भारत सरकारने सर्वप्रकारचे प्रदूषण नियंत्रित करण्यासाठी जागतिक स्तरावर मोठी आघाडी उघडली आहे. त्याला जोड किंवा योगदान म्हणून विद्यापीठे पुढे येऊ शकतात. गरज ही शोधाची जननी आहे, असे म्हणतात. त्यामुळे भारतासारख्या विकसनशील, तसेच प्रत्येक क्षेत्रात जगाशी स्पर्धा करण्याची क्षमता ठेवणाऱ्या देशात हवेच्या प्रदूषणाचे नियंत्रण ही प्राथमिक गरज आहे. आर्टिफिशिअल इंटेलिजन्स हे क्षेत्र माहिती तंत्रज्ञान कंपन्या, तसेच विद्यापीठांसाठी नवीन नाही. त्या दृष्टीने उद्दिष्ट समोर ठेवून काम करणे ही काळाची गरज आहे.

❖ ❖ ❖

६

आपत्तीत धावणारा विश्वासू हात

जगात दरवर्षी प्रचंड वादळे, जंगलातील वणवे, महापूर, भूकंप, त्सुनामी, ज्वालामुखींचा उद्रेक, भूस्खलन, आदी नैसर्गिक आपत्तींचे प्रमाण वाढत आहे. बेसुमार जंगलतोड, प्रदूषण व हवामानातील सातत्याने होणारे बदल त्याला कारणीभूत असतात. नैसर्गिक आपत्ती आपल्यासाठी नव्या नसल्या, तरी १९७०च्या तुलनेत अशा आपत्ती आणि अरिष्टांच्या संख्येत आणि तीव्रतेत ४ पटीने वाढ झाली आहे. अशा आपत्तींमुळे २०१७मध्ये २८ अब्ज रुपयांच्या मालमत्तेचे नुकसान झाले होते. हे नुकसान २०१६मध्ये १४ हजार कोटींच्या आसपास होते. ऑस्ट्रेलियातील जंगलात २०१९ साली लागलेल्या आगीची तीव्रता व विस्तार, २००५ व २०१९ साली महाराष्ट्रातील विविध भागात झालेल्या अतिवृष्टीमुळे झालेली प्रचंड जीवितहानी व मालमत्तेचे नुकसान, २०१४ साली माळीण गावातील भूस्खलन, २०११चा जपानमधील भूकंप व त्यानंतरची त्सुनामी आदी केवळ प्रातिनिधिक उदाहरणे आहेत.

मालमत्तेच्या नुकसानाची भरपाई, पुनर्बांधणी वगैरेंसाठी लागणाऱ्या खर्चाची, तसेच वेळेची कल्पना केली तर या आपत्तींना सामोरे जाणे हे एक अशक्य काम होत चालले आहे. जागतिक आरोग्य संघटनेच्या अहवालानुसार जगातील साधारणपणे १६ कोटी लोकसंख्या सतत आपत्तीप्रवण क्षेत्रांत राहत आहे. एकंदरीत परिस्थिती पाहता ही संकटे आता हळूहळू प्रत्येक राज्यात, शहरात, तसेच गावात येऊ पाहत आहेत. आपत्कालीन, तसेच आपत्ती निवारण विभागांवर या सर्वांचा प्रचंड ताण तर येतोच आहे; पण अनेकदा हे सर्व मानवाच्या नियंत्रणाच्या क्षमतेबाहेर जाते.

नैसर्गिक आपत्ती टाळण्यासाठी विविध उपाययोजनांबरोबरच आर्टिफिशिअल

इंटेलिजन्सचा वापर वाढतो आहे. आपत्ती व्यवस्थापनासाठीही त्याचा उपयोग होत आहे. अमेरिकेतील पेनसिल्व्हेनियातील लिहाई युनिव्हर्सिटीमधील शास्त्रज्ञ डॉ. पाओलो बोकीनी व त्यांच्या टीमने केलेल्या अभ्यासाच्या निष्कर्षांनुसार संभाव्य आपत्तीची तीव्रता कमी करणे, आपत्तीला तोंड देण्याची तयारी करणे, नुकसानभरपाई व पुनर्बांधणी करणे आदींसाठी आर्टिफिशिअल इंटेलिजन्सचा प्रभावी वापर होऊ शकतो. २०२० साली या संदर्भातील लेख 'नॅचरल हझाङ्स' या नियतकालिकात प्रसिद्ध झाला आहे.

त्याच वर्षी संयुक्त राष्ट्रांच्या पर्यावरणासंबंधित एका परिषदेत आर्टिफिशिअल इंटेलिजन्सचा वापर, संधी, त्यातील आव्हाने आदींवर बराच खल झाला. उपग्रहांनी टिपलेली आपत्तीप्रवण क्षेत्रांची छायाचित्रे, तसेच नोंदवलेल्या तापमानातील बदल आदी माहितीचा मशिन लर्निंग तंत्रज्ञानाने योग्य अर्थ लावता येईल व त्याप्रमाणे पुढील आपत्तीचा अंदाज लावून लोकांचे बहुमोल प्राण वाचवता येऊ शकतील.

आपत्तीमध्ये कॉल्सना प्रतिसाद व पूर्वसूचना

शिकागो येथील ब्लूवर्क्स या कंपनीने बनवलेले इंटेलिजन्ट सॉफ्टवेअर आपत्कालीन कॉल सेंटरशी निगडित आहे. शहरातील किंवा राज्याच्या एखाद्या भागातून अधिक कॉल येत असल्यास किंवा कॉल्सची संख्या प्रचंड असल्यास, फोन कॉल्सना उत्तर देणे, फोन करणाऱ्याचे स्थान अचूक शोधणे, मदत पोचवणाऱ्यांकडे कॉल जोडून देणे आदी महत्त्वाच्या बाबी हे सॉफ्टवेअर सांभाळते. ऑप्टीमा प्रेडिक्ट, फर्स्टवॉच सारखे सॉफ्टवेअर्स मशिन लर्निंग अल्गोरिदम्सच्या सहाय्याने लक्षणांचा, संकेतांचा, तसेच त्यानंतर घडलेल्या दुर्घटनांमधील संबंध जोडून प्रगल्भ होत आहेत. उदाहरणार्थ जमीन व हवामानाचे तापमान वाढल्याने, वारे वाहून वणवे लागण्याचे प्रकार घडतात. अशा प्रकारची लक्षणे दिसू लागल्यास, अशी सॉफ्टवेअर्स त्या आधारे पुढील दुर्घटनेबद्दल शक्यता वर्तवून संबंधित विभागाला सूचना देतात. जसे, गेल्या काही वर्षांत, एखादे चक्रीवादळ येण्याची, त्याची तीव्रता, दिशा आदींची आपल्याला काही तास आधीच सूचना मिळते. त्यावरून, संकटाला तोंड देण्यास सज्ज होण्यास मदत मिळते.

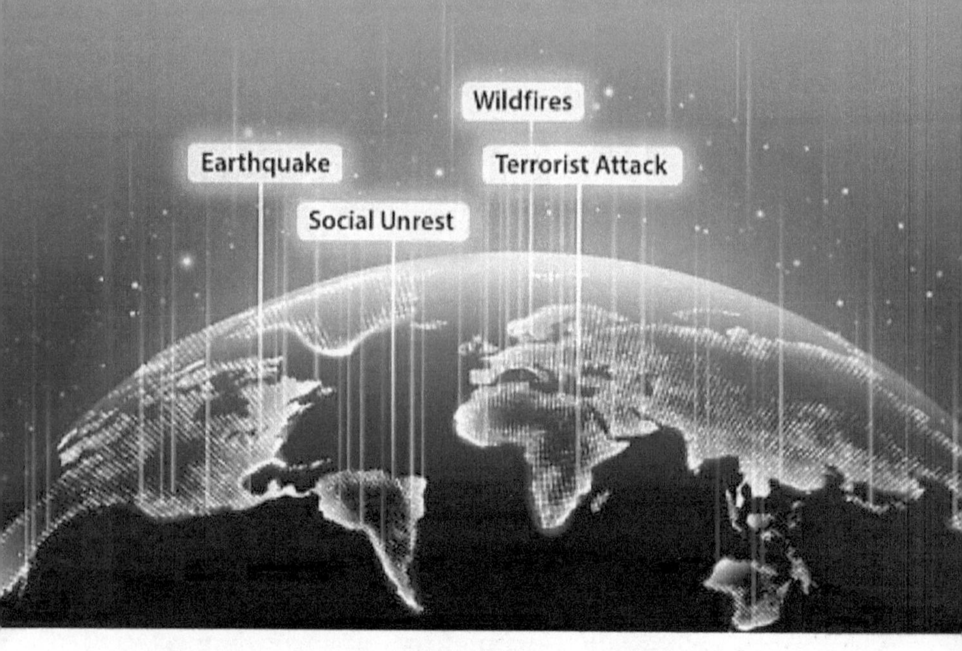

त्याचप्रमाणे मालमत्तेची हानीसुद्धा कमी करत येऊ शकेल, असे मत आंतरराष्ट्रीय दूरसंचार संघटनेचे बिलेल जमुझी यांनी या परिषदेत नोंदविण्यात आले आहे.

दोहामधील कतार फाउंडेशन ऑफ एज्युकेशन, सायन्स अँड कम्युनिटी डेव्हलपमेंटने बनवलेले इंटेलिजन्ट सॉफ्टवेअर आपत्ती प्रभावित क्षेत्रात काम करणाऱ्या स्वयंसेवकांचे तसेच आजूबाजूला राहणाऱ्या लोकांचे ट्विट्स, मेसेजेसचे मशिन लर्निंगच्या माध्यमातून, तसेच त्यांच्या संख्येवरून वर्गीकरण करते व पुढे स्वयंसेवकांच्या प्रमुखाला किंवा संस्थेला पाठवते. त्यावरून महत्त्वाच्या व अधिक गरजेच्या आपत्ती प्रभावित क्षेत्रांत लक्ष केंद्रित करण्यास मदत होते.

'स्टॅण्डर्ड टास्क फोर्स' या डिजिटल तंत्राचा समाजोपयोगी कामे करणाऱ्या संस्थेने नेपाळमधील भूकंप झाल्यावर काही तासांतच जवळजवळ ९० देशांतील स्वयंसेवकांना विविध ट्विट्स व इंटरनेटवर उपलब्ध होणाऱ्या तेथील भूकंपाच्या छायाचित्रांवर टॅग केले. त्याचबरोबर, त्यांच्या इंटेलिजन्ट सॉफ्टवेअरने हानीचे प्रकार आणि प्रमाण या दोहोंच्या प्रमाणात सर्व क्षेत्रांचे वैद्यकीय व तातडीची गरज, पायाभूत सुविधांची गरज असे वर्गीकरण केले. यामुळे ३ हजारांहून अधिक स्वयंसेवक मदतीचे साहित्य घेऊन विविध ठिकाणी, गरजेप्रमाणे पोचू शकले व हानीचे प्रमाण कमी करता आले. अशीच मोलाची मदत २०१५च्या चिली या देशातील भूकंपाच्या मदत कार्यात झाली होती.

रिमोट सेन्सिंग तंत्रज्ञानाने उपग्रहाद्वारे उपलब्ध छायाचित्रांचा अभ्यास

करून भूकंप, पूर, जंगलातील वणवे आदींमुळे होणाऱ्या नुकसानीचा अंदाज घेणे नवीन नाही. परंतु, नुकसानीची नेमकी जागा, साधारण बळींची संख्या, मलबा, त्याचे प्रमाण, आदींची कमीत कमी वेळेत माहिती मिळणे अत्यंत गरजेचे असते. २०१८मध्ये जपानमधील होक्काइडो भागात झालेल्या प्रचंड भूस्खलनाची माहिती मिळाल्यावर केवळ काही मिनिटांत उपग्रहाद्वारे उपलब्ध छायाचित्रांचे मशिन लर्निंग तंत्राच्या आधारे वर्गीकरण करून भूस्खलनाची जागा शोधून काढता आली, तसेच नुकसानीचे मोजमापही करता आले. विशेष म्हणजे हे विश्लेषण ९३ टक्के अचूक होते. असेच तंत्रज्ञान २०११ साली जपानमधील तोहोकू येथे झालेल्या भूकंपावेळी सुद्धा वापरण्यात आले होते. अन्यथा, अशा विश्लेषणाला कित्येक दिवसांचा अवधी लागू शकतो.

याचप्रकारे, उपग्रहाद्वारे टिपलेल्या छायाचित्रांवरून अगदी दुर्गम भागात झालेल्या दुर्घटनेची पहिली माहितीसुद्धा मशिन लर्निंग अल्गोरिदम्स काही मिनिटांत देऊ शकतात. उपलब्ध असलेल्या छायाचित्रांबरोबर नुकतीच घेतलेली छायाचित्रांची ठरावीक मानकांवर आधारित तुलना करून, तुटलेले पूल, रस्ते, कोसळलेल्या इमारती, ओळखणे शक्य होते. त्यामुळे, आणीबाणी किंवा आपत्कालीन प्रतिसाद देणाऱ्या टीम्सना योग्य मार्गदर्शन करून लवकरात लवकर मदत पोचण्यास मोलाचे सहाय्य होते. याच प्रकारे गुगल रिसर्चमधील जोसेफ शु व प्रणव खेतान यांनी २०२०साली आर्टिफिशिअल न्यूरल नेटवर्क्सचा वापर करून इमारतींच्या नुकसानीचे अत्यंत अचूक मूल्यांकन करून देणारे सॉफ्टवेअर बनवले आहे.

आर्टिफिशिअल न्यूरल नेटवर्क्स हे मेंदूतील न्यूरॉन्सच्या रासायनिक देवाणघेवाणीच्या आधारित गणितावर बनलेले असते. विशेष म्हणजे, आर्टिफिशिअल इंटेलिजन्सचे ते सर्वांत पहिले तंत्र असून त्याबद्दलची बरीच माहिती इंटरनेटवर उपलब्ध आहे. अमेरिकेच्या 'नासा' या अंतराळाशी निगडित संस्थेचे 'ल्हासा' नावाचे मशिन लर्निंग आधारित सॉफ्टवेअर संपूर्ण देशातील आपत्तीप्रवण भागांच्या छायाचित्रांचे प्रत्येक तीन तासांत विश्लेषण करत असते. त्यामुळे आपत्तीबद्दलची आगाऊ सूचना मिळण्यास मोलाची मदत होते.

त्याचप्रमाणे, 'अवांझिया' नावाच्या कंपनीने वर्ल्ड बँकेच्या मदतीने कॅरिबियन बेटांवरील घरांच्या छतांच्या दुरुस्तीबद्दल सूचना देणारे इंटेलिजंट सॉफ्टवेअर बनवले आहे. ते सॉफ्टवेअर ड्रोन्स व उपग्रहांच्या छायाचित्रांवरून घरांच्या व इमारतींच्या छतांच्या दर्जाचे मूल्यांकन करते. त्यावरून पुढील मोसमासाठी डागडुजीची

सूचनादेखील देते. त्यामुळे, छोट्या-मोठ्या दुर्घटना टाळल्या जाऊन जीवितहानी कमी होण्यात मदत होऊ शकते.

यावरून हे अधोरेखित होत आहे की, आपत्ती व दुर्घटनेच्या स्थितीत आर्टिफिशिअल इंटेलिजन्स एक भरवशाचा साथीदार व मित्र असू शकतो. उदाहरणार्थ, २०११ साली जपानच्या फुकुशिमा आण्विक ऊर्जा केंद्राचा महत्त्वाचा भाग भूकंपामुळे उध्वस्त झाला, तसाच १९८६ साली युक्रेनमधील चेर्नोबेल येथेही स्फोट झाला होता. तेथे किरणोत्सर्ग सुरू झाला. अशा ठिकाणी मानवाने जाऊन पाहणी करणे अत्यंत धोकादायक असते. इंटेलिजन्ट रोबोट्स यासाठी अत्यंत उपयोगाचे ठरतात.

मी स्वतः असे इंटेलिजन्ट सॉफ्ट रोबोट्स बनवले आहेत, जे एका थव्याच्या स्वरूपात अशा भागात जाऊन पाहणी करतात, फोटो घेतात, माहिती गोळा करतात आणि सर्वजण एकत्रितपणे बाहेर येतात. दुर्घटनाग्रस्त आस्थापनातील स्थिर आणि चल स्वरूपाच्या वस्तूंपासून दूर राहण्याची क्षमतासुद्धा या बॉट्समधे असते.

त्याचप्रमाणे, मॅकेंझीच्या नोबल इंटेलिजन्स विभागाने उपग्रहाच्या छायाचित्रांवरून दुर्घटनाग्रस्त भागांत कमीत कमी वेळेत पोचण्याचे मार्ग दाखवणारे इंटेलिजन्ट सॉफ्टवेअर, भारत किंवा बांगलादेशसारख्या देशांतील अधिक घनता असणाऱ्या वस्त्यांमधील आग लागलेल्या जागांपर्यंत मदत मिळवून देण्यात अत्यंत उपयोगी ठरू शकते.

गरज ही शोधाची जननी आहे असे म्हणतात. सध्या जगातील, तसेच भारतातील होणाऱ्या एकूणच आपत्ती आणि प्रपात यांची संख्या व तीव्रता पाहता, याबाबतचे संशोधन व उपाय ही काळाची गरज बनली आहे. आपल्याकडील विविध विद्यापीठे, प्राध्यापक, विद्यार्थी, इन्फॉर्मेशन टेकनॉलॉजी आधारित कंपन्यांमधील हुशार मनुष्यबळ पाहता, आपत्तींची तीव्रता कमी करणे, तोंड देण्याची तयारी करणे, नुकसानभरपाई व पुनर्बांधणी आर्दींसाठी आर्टिफिशिअल इंटेलिजन्सचा प्रभावी वापर शोधण्यात या सर्वांची मोलाची मदत होऊ शकते. त्यातून जीवित व मालमत्तेची हानी वाचून देशाच्या प्रगतीत हातभार नक्की लागेल. त्याचबरोबर, या आपत्तींसाठी बऱ्याच अंशी मानवी हस्तक्षेप, जसे बेसुमार जंगलतोड, अवैध बांधकामे, वगैरेसुद्धा कारणीभूत आहेत. त्यावरही आळा बसवणे तेवढेच गरजेचे आहे.

गुन्हेगारी नियंत्रणाचा तिसरा डोळा

उपचारांपेक्षा प्रतिबंध बरा, हे आपण सर्वजण जाणतोच. योग्य काळजी घेऊन अपघात जसे कमी करता येतात किंवा आरोग्याच्या तक्रारी कमी करता येतात, तसेच गुन्हेगारी कमी करण्यासाठी प्रबोधन, शिक्षण आदी उपाय सध्या वापरण्यात येतात. त्याचप्रमाणे समज देणे, सौम्य-कठोर शिक्षा करणे, पाळत ठेवणे, विद्यमान कायदे सुधारणे, नवीन कायदे बनवणे आदी गुन्हे केल्यानंतरच्या उपाययोजना असतात. जगभरात हिंसा, चोरी, स्त्रियांच्या संबंधित गुन्हे आदींमध्ये दरवर्षी वाढच होत आहे. त्यामुळे सर्वप्रकारची गुन्हेगारी रोखण्यासाठी अधिक सक्रिय होण्याची गरज आहे. वाढत्या लोकसंख्येबरोबरच वाढणाऱ्या गुन्हेगारीशी लढणे, त्याला आळा घालणे अधिक महत्त्वाचे होत चालले आहे. सामाजिक स्वास्थ्य जपण्यासाठी तर ते आवश्यकच आहे. यासाठी अत्याधुनिक तंत्रज्ञानाच्या मदतीला पर्याय नाही. कृत्रिम बुद्धिमत्तेचा वापर प्रभावीपणे गुन्हेगारी रोखण्यात, पूर्वसूचना किंवा अलर्ट देण्यात सुरक्षा विभागाची मोलाची मदत करू शकतो. यामुळे गुन्ह्यांची शक्यता तपासून अगोदरच काही पावले टाकली जाऊ शकतात.

साधारणपणे हवामानबदलातील लक्षणांवरून पर्जन्याची शक्यता व प्रमाण यांचा अंदाज बांधता येतो व योग्य उपाययोजना करता येतात. चालकांच्या चालवण्याच्या पद्धतीवरून अपघात घडण्यापूर्वीच त्याची शक्यता वर्तवता येते. अशा अनेक बाबतीत लक्षणांच्या पुनरावृत्तीच्या ठरावीक पद्धतीनुसार पुढे होणाऱ्या परिणामांचा अंदाज ठरवता येतो. मशिन लर्निंगमुळे अशा लक्षणांच्या पद्धती शोधून काढणे, त्यांच्यातील होणारे छोटे मोठे बदल शोधणे व त्यावरून पुढील अंदाज वर्तवणे आदी शक्य होत आहे. पर्जन्य,

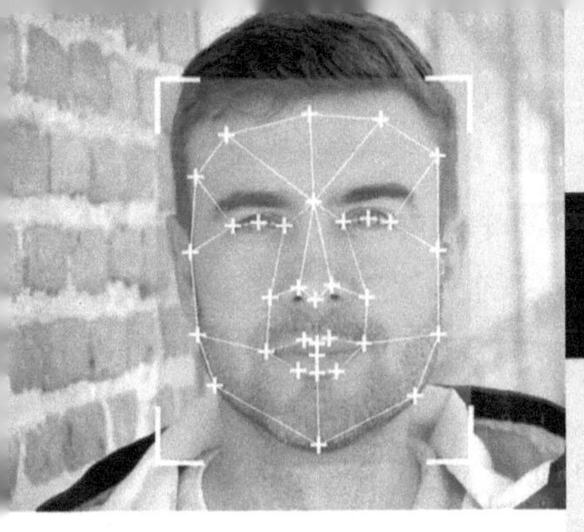

कोर्टात खटला सुरू असताना आरोपींना जामिनावर सोडण्याचा किंवा शिक्षा झालेल्या कैद्यांना पॅरोलवर सोडण्याचा निर्णय, त्या आरोपीचे तुरुंगातील वर्तन, सोडल्यानंतरचा तक्रारदाराला असणारा संभाव्य धोका आदी बाबी लक्षात घेऊन न्यायाधीश निर्णय घेत असतात. या निर्णयांमध्ये थोडीशी गफलतसुद्धा खूप महागात पडू शकते. अशा केसेस सुद्धा आपण पाहिलेल्या आहेत, ज्यामध्ये जामिनावर किंवा पॅरोलवर सुटलेला कैदी तक्रारदारासाठी धोका बनतो किंवा पळून जातो. इंग्लंडमधील डरहम शहरातील कोर्टात आर्टिफिशिअल इंटेलिजन्सचा वापर करून 'हार्ट' नावाचे सॉफ्टवेअर बनवले आहे. कैद्याचा इतिहास, गुन्ह्याचे स्वरूप, समान प्रकारातील गुन्ह्याचे परिणाम, सामाजिक दबाव, पुन्हा गुन्हा करण्याची शक्यता आदी लक्षात घेऊन न्यायाधीशांना जामीन किंवा पॅरोलसंदर्भात निर्णय घेण्यात मदत केली जाते. २०१३ पासून हे सॉफ्टवेअर डरहम शहरातील कोर्ट वापरत आहे. याच धर्तीवर बनवलेले 'कॉम्पास' नावाचे सॉफ्टवेअर अमेरिकेतील विस्कॉन्सिन राज्यातील कोर्टात वापरण्यात येते आहे.

वादळ, अपघात, निवडणुकांचे निकाल आदींची लक्षणे दिसतात, तसेच गुन्हा घडण्याची लक्षणेही दिसतात. तज्ज्ञांच्या अभ्यासानुसार सर्वसाधारणपणे गुन्हेगार जोपर्यंत यशस्वी होत आहे तोपर्यंत गुन्ह्याची पद्धत, स्वरूप, वेळ आणि ठिकाण बदलत नाहीत. म्हणजे ते सराईत होतात.

गुन्हेगारांच्या हालचालींवरून मशिन लर्निंग अल्गोरिदम्स आधारित सॉफ्टवेअर झालेल्या गुन्ह्याच्या पद्धती शिकून पुढील गुन्हा होण्याची वेळ, ठिकाण व शक्यता वर्तवतात. त्यामुळे, संबंधित विभागांना सक्रिय होण्यात मदत मिळते. गुन्हे घडत जातात किंवा थोपवले जातात, त्याप्रमाणे अल्गोरिदम्स व त्यावर आधारित सॉफ्टवेअर अजून प्रगल्भ होत जातात. विशेष म्हणजे विविध स्रोतांच्या आधारे मिळालेल्या माहितीचा ठगयोग कोणत्याही मानवी हस्तक्षेपाशिवाय हे अल्गोरिदम्स करत असतात.

त्यामुळे कोणताही पूर्वग्रह असण्याची किंवा चूक होण्याची शक्यता यामध्ये कमी असते.

या कामात विभिन्न प्रकारची माहिती वेगवेगळ्या स्रोतांकडून प्रचंड प्रमाणात व वेगाने येत असते. ती माहिती फोटो, व्हिडिओ, ऑडिओ, ई-मेल्स, पत्रे, वृत्तपत्रातील बातम्या, भाषणे, सोशल मीडियावरील पोस्ट, सामाजिक जातीपातीचे संबंध, ठिकाणे आदींच्या स्वरूपातील असते. त्याचे जलद विश्लेषण, गणिती रूपांतर, अनुमान आदी कामे विविध सॉफ्टवेअर व मशिन लर्निंग अल्गोरिदम्स करत असतात. त्यातून अनेक गुन्हे होण्याची शक्यता खूपच कमी वेळेत वर्तवणे शक्य होते. अन्य कोणत्याही मार्गाने अशी शक्यता वर्तविणे जवळपास अशक्य आहे.

'कोर्टिका' नावाच्या इस्राईलमधील एका स्मार्ट सिटी संबंधातील कंपनीने सीसीटीव्हीच्या माध्यमातून उपलब्ध होणाऱ्या माहितीचे विश्लेषण करणारे सॉफ्टवेअर बनवले आहे. हे सॉफ्टवेअर मशिन लर्निंग अल्गोरिदम्सचा वापर करून गर्दीतील लोकांचे चेहरे ओळखते, गर्दीच्या किंवा जमलेल्या जमावाच्या वर्तनाची तऱ्हा, हालचाल आदी ओळखून गुन्ह्याची शक्यता, स्वरूप आदींचा अंदाज बांधते व संबंधित विभागाला अलर्ट करते. या इंटेलिजन्ट अल्गोरिदम्समुळे कित्येक टेराबाईट्सच्या व्हिडिओ चित्रणाचे विश्लेषण कमीत कमी वेळेत करून योग्य अनुमान काढणे शक्य होत आहे. अमेरिकेच्या विधी विभागासाठी इंग्लंडमधील कार्डिफ विद्यापीठाने बनवलेले इंटेलिजन्ट सॉफ्टवेअर फेसबुक, इंस्टाग्राम, ट्विटर आदींवरील पोस्टचे वर्गीकरण करते. पुढे अल्गोरिदम्स वापरून ठरावीक व्यक्तीकडून त्यांच्या पूर्वीच्या सोशल मीडियामधील पोस्टवरून तसेच गुन्हेगारी पार्श्वभूमीवरून संभाव्य गुन्ह्याचे स्वरूप, वेळ, ठिकाण आदींचा अंदाज वर्तवते. तसेच काढलेल्या अनुमानाची कारणमीमांसा सुद्धा देते. इंग्लंडमध्ये २०१० मधे प्रेडपोल नावाचे इंटेलिजन्ट सॉफ्टवेअर बनवण्यात आले. ते सुरुवातीला किरकोळ स्वरूपातील गुन्हे रोखण्यासाठी व तपासासाठी वापरात होते. पुढे मिळविलेल्या गुन्हेगारी माहितीआधारे या सॉफ्टवेअरचा उपयोग करून लॉस एंजेलिस शहराचे अगदी छोट्या-छोट्या विभागांत वर्गीकरण केले. यामुळे चोरीचे प्रमाण ३० टक्क्यांहून कमी झाले आहे, तसेच हिंसक गुन्हेगारी २१ टक्क्यांनी खाली आली आहे.

लहान मुले व स्त्रियांची सुरक्षा हा भारतासह जगभरातील देशांसाठी चिंतेचा विषय आहे. मशिन लर्निंग आधारित 'सेफ्टीपिन', 'सावधान' सारखी काही मोबाईल ॲप्स सध्या बाजारात उपलब्ध आहेत. लोकांच्या अभिप्रायांवरून, शहराच्या एखाद्या भागातील बऱ्या-वाईट अनुभवांवरून, गर्दीच्या वेळांवरून, ही ॲप्स स्त्रियांसाठी प्रवासाचे वेगवेगळे सुरक्षित मार्ग सुचवतात. शहरातील एखादे ठिकाण, वेळ, आदी

टाळण्याचा सल्ला देतात. काही अप्रिय घटना घडण्याचे संकेत मिळताच मोबाईलवरील अॅप एका क्लिकवर अॅक्टिव्हेट करता येते. 'इमोटिव्ह'सारख्या मेंदूच्या हालचालींवर लक्ष ठेवणाऱ्या सिस्टमचा यासाठी उपयोग होऊ शकतो. त्यामधे भीती, काळजी, आनंद आदींचे वर्गीकरण करता येते. त्याचा वापर योग्यवेळी अलर्ट देण्यात नक्कीच होऊ शकतो. महत्त्वाचे म्हणजे, या अॅप्सचा उपयोग सुरक्षा यंत्रणांसाठी शहरातील असुरक्षित, कमी सुरक्षित आदी ठिकाणांचा आढावा घेण्यासाठी होतो. स्त्रियांवरील अत्याचार झाल्यास मिळणाऱ्या डीएनएच्या गुणधर्मावरून, संरचनेवरून अपराधी कोणत्या वंशाचा असू शकतो हे सांगणारे इंटेलिजन्ट सॉफ्टवेअर आता अमेरिकेतील सुरक्षा विभाग वापरते आहे. हे अमेरिकेसारख्या बहू वंशाच्या देशात अत्यंत उपयोगी ठरत आहे. त्यामुळे अनेक गंभीर व क्लिष्ट गुन्ह्यांचा वेळेत छडा लावून न्याय करणे शक्य होते. अर्थात, अशा सॉफ्टवेअरचा योग्य कारणांसाठीच वापर अपेक्षित आहे.

मुख्य म्हणजे असे इंटेलिजन्ट सॉफ्टवेअर्स कित्येक तज्ज्ञांचे अनुभव, पूर्वीची प्रकरणे, वस्तुस्थिती आदींचा उपयोग करून सल्ला किंवा अनुमान देते. त्यामुळे ते अननुभवी अधिकाऱ्यांसाठी एक मोलाचा सल्लागार ठरू शकते. गुन्हे रोखण्यामुळे, लवकर छडा लावल्यामुळे, निर्णयप्रक्रियेत मदत झाल्यामुळे कोर्टाचा तसेच देशाचा बहुमोल वेळ वाचू शकतो. गुजरातमधील फोरेन्सिक सायन्स युनिव्हर्सिटीच्या धर्तीवर आर्टिफिशिअल इंटेलिजन्सचा उपयोग करून गुन्हेगारी रोखण्यासंबंधातील संस्थासुद्धा उभारणे शक्य आहे. राष्ट्रउभारणीसाठी अशा संस्थांची गरज नेहमीच राहणार आहे. आपल्याकडील अनुभवी तसेच तरुण संशोधक त्यामध्ये मोलाचे योगदान देऊ शकतात.

तंत्रज्ञान कोणतेही असो ते स्वतः तटस्थच असते. त्याचा वापर योग्य हातांमध्ये असणे गरजेचे आहे. त्यामुळे स्मार्ट सिटीसारख्या सर्वांगीण विकास साधणाऱ्या संकल्पनेमध्ये आर्टिफिशिअल इंटेलिजन्सचा उपयोग करून गुन्हेगारी रोखणे हा एक महत्त्वाचा विभाग असू शकतो. भारतासारख्या वैविध्यपूर्ण देशामध्ये नागरिकांची माहिती गुप्त ठेवण्यासंदर्भात, त्याचा नैतिकदृष्ट्या वापर करण्यासंदर्भात लोकांमध्ये अजूनही प्रबोधनाची गरज आहे. आर्टिफिशिअल इंटेलिजन्सच्या नैतिक वापराचे वस्तुतः दाखले सादर करणे व ते लोकांपर्यंत पोहचवून विश्वास संपादन करणे महत्त्वाचे आहे.

बांधकाम क्षेत्राचे महाद्वार

जगातील एकूण रोजगारापैकी साधारणपणे सात टक्के रोजगार बांधकाम क्षेत्राशी संबंधित आहेत. अमेरिकेतील मॅकिंझी या व्यवस्थापकीय सल्ला देणाऱ्या कंपनीच्या २०१७च्या आकडेवारीनुसार या क्षेत्राची वार्षिक उलाढाल ७०० ट्रिलियन रुपयांपेक्षा जास्त आहे. उत्पादन, शेती तसेच किरकोळ खरेदी-विक्री क्षेत्रांत ऑटोमेशन व डिजिटल युगाचा स्वीकार गेल्या अनेक वर्षांपासून केला गेला आहे. आज या क्षेत्रांतील कार्यक्षमतेत १५०० पटींहून अधिक वाढ झाली आहे. त्यामानाने बांधकाम क्षेत्र मात्र यात मागे राहिले आहे. मात्र त्याचा वापर करण्यावाचून बांधकाम क्षेत्रालाही पर्याय नाही. हार्वर्ड बिझिनेस स्कूल या नियतकालिकाच्या सर्वेक्षणानुसार जगातील ३५ टक्क्यांहून अधिक बांधकाम क्षेत्रांतील कंपन्यानी सध्या त्या दृष्टीने पावले टाकण्यास सुरुवात केली आहे.

गृहबांधणी किंवा व्यावसायिक इमारतींच्या बांधणीमध्ये मोठ्या प्रकल्पांचा खर्च अंदाजपत्रकापेक्षा अधिक होणे ही अगदी नित्याची बाब झाली आहे. अगदी तज्ज्ञ मंडळीकडूनही असे प्रकल्प करताना खर्चाची मर्यादा ओलांडली जाते. मानवी मेंदूतील न्यूरॉन्सच्या संदेशवहन तसेच रासायनिक प्रक्रियांवर आधारित आर्टिफिशिअल न्यूरल नेटवर्कचा वापर आता प्रकल्पाचा अधिक अचूक अर्थसंकल्प बनविण्यासाठी होऊ लागला आहे. त्यासाठी प्रकल्पाचा आकार, कंत्राटातील अटी-शर्ती प्रकल्पावरील काम करणाऱ्या कामगारांची, इंजिनिअर्सची तसेच व्यवस्थापकांची पात्रता, शैक्षणिक दर्जा, त्यांनी आधी हाताळलेल्या प्रकल्पांची आकडेवारी आदींचा वापर करून अंदाजपत्रक बनवले जाते. त्यानुसार आगाऊ द्यावे लागणारे प्रशिक्षण, तसेच इतर

गोष्टींचे नियोजन करता येऊ शकते. त्याचबरोबर संभाव्य अडथळेसुद्धा शोधले जाऊ शकतात. यामुळे वेळ व पैशांबरोबरच तसेच इतर राष्ट्रीय संपत्तीची बचत होऊ शकते.

आर्किटेक्ट व इंजिनिअर्सनी ठरवलेल्या आकार, परिमाण, माप आदींनुसार खास बनवलेले सॉफ्टवेअर घरे, मोठे गृहप्रकल्प आदींचे मॉडेल बनवत असते. परंतु, प्लम्बिंग, इलेक्ट्रिकल, मेकॅनिकल आदी तज्ज्ञांनी स्वतंत्रपणे बनवलेल्या ब्लूप्रिंटच्या आधारे आकार, माप, पाणीपुरवठा यंत्रणा, इलेक्ट्रिक तारांचा मार्ग, वातानुकूलन यंत्रणा व त्याच्या हवेचा मार्ग, इतर अडथळे, आदींचा ताळमेळ बसवून मॉडेल बनवणे प्रचंड जटील काम असते. 'बिम' नावाचे इंटेलिजन्ट सॉफ्टवेअर मशिन लर्निंगचा वापर करून आर्किटेक्ट, इंजिनिअर्सना या सर्व प्रणालींचे पर्याय व घरांचे मॉडेल्स उपलब्ध करून देते. या मॉडेल्समधे प्लम्बिंग, इलेक्ट्रिकल, मेकॅनिकल आदी प्रणाली एकमेकांचे कमीत कमी अडथळे बनतील याची काळजी घेतली जाते. त्यामध्ये हवेच्या प्रवाहाची दिशा, हवा खेळती राहण्यासाठी तसेच योग्य प्रकाश येण्यासाठी खिडक्यांची

प्रत्येक कामगाराला, तज्ज्ञाला तसेच इंजिनीअरला त्याच्या कौशल्य, अनुभव व उपलब्धतेनुसार काम देण्याचे काम व्यवस्थापक करत असतात. सामान्यतः हे काम कंटाळवाणे व वेळकाढूपणाचे तर असतेच, पण चुका होण्याची शक्यता खूप असते. कित्येक इंटेलिजन्ट अल्गोरिदम्स आधारित सॉफ्टवेअर्स सध्या उपलब्ध आहेत जे कौशल्य, अनुभव व उपलब्धतेनुसार काम नेमून देण्यास मदत करत आहेत. त्याचबरोबर कामगारांची संभाव्य टंचाईचा सुद्धा अंदाज बांधण्याचे काम हे सॉफ्टवेअर करतात. त्यामुळे वेळेची प्रचंड बचत होत आहे. त्याचबरोबर चूक होण्याची शक्यताही कमी होत आहे. विशेषतः मोठ्या प्रकल्पांमधे जेथे शेकडो कामगार, इंजिनिअर्स काम करतात त्या ठिकाणी अशा सॉफ्टवेअर्सची गरज भासते आहे.

दिशा, आकार आर्दींचा समावेश होतो.

विविध पर्यायांवरून आर्किटेक्ट, इंजिनिअर्स मॉडेल्समधे बदल सुचवतात. त्यावरून सुधारित मॉडेल्स बनवले जातात. विशेष म्हणजे, या सुधारणांवरून इंटेलिजन्ट बिम सॉफ्टवेअर शिकत जाते व पुढे सुधारित मॉडेल्स बनवण्यास मदत करते. त्यामुळे, प्रकल्पासाठी भविष्यातील धोके कमी होण्यात किंवा टाळले जातात. व्यवस्थापनाची विश्वासार्हताही वाढीस लागते. स्टॅनफोर्ड युनिव्हर्सिटीमधील एका स्टार्टअपने बनवलेले 'एलिस' नावाचे इंटेलिजन्ट सॉफ्टवेअर अगदी कच्च्या मालाच्या उत्पादनापासून ते मॉडेल बनवण्यापर्यंत काही हजार पर्यायांमधून कमीत कमी व उत्तमोत्तम बांधकामाचे पर्याय शोधून देते.

एलिस सॉफ्टवेअर अगदी एकेक मजल्यापासून ते संपूर्ण इमारतीचे मॉडेल्स बनवते. त्यांच्या एका मार्गदर्शक प्रकल्पाच्या यशावरून जवळजवळ २० टक्के पैसे व वेळेची बचत होऊ शकते असा त्यांचा दावा आहे. पोलंडमधील जॉन कुझिक व कॅपर रॅडिसझेस्की या शास्त्रंज्ञांच्या मते घरांची व गृहनिर्माण सोसायट्यांची विविध मॉडेल्स बनवताना आर्टिफिशिअल इंटेलिजन्सचा वापर नजीकच्या भविष्यात अपरिहार्य ठरणार आहे.

नोकरीतील सुरक्षा तसेच आरोग्यासंदर्भात काम करणाऱ्या अमेरिकेच्या 'ओशा' या सरकारी संस्थेच्या अहवालानुसार बांधकाम व्यवसायात काम करणाऱ्या मजुरांच्या अपघाताची शक्यता इतर कामांच्या तुलनेत पाच पटीने अधिक असते. उंचावरून पडणे,

इलेक्ट्रिक शॉक, हलणाऱ्या वस्तू धडकणे, अंगावर जड वस्तू पडणे आदी त्याची प्रमुख कारणे आहेत. अशा कित्येक बातम्या आपण जवळजवळ रोजच वाचत असतो.

अमेरिकेच्या बोस्टनमधील बांधकाम क्षेत्रातील एक कंपनी सध्या इंटेलिजन्ट अल्गोरिदम बनवत आहे. ते विविध कॅमेऱ्यांमधून घेतलेल्या फोटोंचे विश्लेषण करत असते. त्यावरून तेथील इंजिनिअर्स तसेच व्यवस्थापकांना बांधकामावरील धोक्याच्या जागांची माहिती देते. तसेच कामगारांनी सुरक्षा उपकरणे परिधान केली नसल्यास त्यांना सूचना देण्याचे काम करते. कामगारांच्या अंगावर बसवलेल्या सेन्सर्सचा उपयोग इंटरनेट ऑफ थिंग्स म्हणजेच 'आयओटी'च्या माध्यमातून बांधकामाच्या जागेवरील त्याचे स्थान शोधण्यासाठी होतो. त्याचे उल्लंघन झाल्यास किंवा धोक्याच्या ठिकाणी पोहचल्यास इंटेलिजंट सॉफ्टवेअर त्वरित त्याला व व्यवस्थापकाला सूचित करते. अजून हे सॉफ्टवेअर विकसित होण्यास काही काळ जाणार असला तरी त्यामुळे भविष्यात बहुमोल प्राण वाचण्यात मदत होईल. त्याचप्रमाणे या कामी ड्रोन्सचा वापरही आता मोठ्या प्रमाणावर होऊ लागला आहे.

ड्रोन्सचा वापर हवाई सर्वेक्षणासाठी वाढतो आहे. त्यातून जमिनीची विविध वैशिष्ट्ये, चढ-उतार, आदींचे कोष्टकच उपलब्ध होत आहे. अमेरिकेच्या सॅनफ्रान्सिस्कोमधील स्कायकॅच नावाच्या कंपनीने पूर्वीच्या खाणींच्या कामाचा अनुभवाच्या जोरावर आता बांधकाम उद्योगात आघाडी घेतली आहे. बांधकामाच्या

जागेचे व झालेल्या कामाचे ड्रोन्सच्या आधारे सर्वेक्षण करून कामातील विसंगतींचे चित्रण व विश्लेषणसुद्धा इंजिनिअर्सना उपलब्ध करून दिले जात आहे.

इमारती, पूल, आदींच्या बांधकामामुळे होणारा कचरा पडून राहणे आणि त्याचे दुष्परिणाम आसपासच्या रहिवाशांना भोगायला लागणे हे काही नवीन नाही. ऑस्ट्रियामधील वेस्टबॉक्स नावाच्या कंपनीने ओला-उबेरच्या प्रवाशांच्या पुलिंगच्या धर्तीवर आर्टिफिशिअलचा इंटेलिजन्स आधारित ॲप बनवलेले आहे. बांधकामावरील अधिकाऱ्याने साधारण कचऱ्याचा प्रकार, वजन आदींची माहिती ॲपमध्ये दिल्यास साईटपासून जवळ असलेले कचरा वाहतूक करणारे ट्रक शोधले जातात. त्यातील रिकामी असलेली जागा व क्षमता तसेच त्यातील अगोदर असलेल्या कचऱ्याच्या प्रकारानुसार ठरावीक ट्रकच्या ड्रायव्हरला सूचित केले जाते. त्यामुळे वाहतुकीचा खर्च वाचवण्यात तसेच कचरा वाहतुकीमुळे होणारे प्रदूषण कमी करण्यात मदत होते आहे. त्याचबरोबर, बांधकामाची साइटसुद्धा नियमितपणे स्वच्छ ठेवण्यास मदत होत आहे. बांधकाम चालू असताना तसेच रहिवाशी राहत असताना इमारतीची देखभाल करणे अत्यंत महत्त्वाचे असते.

इंग्लंडमधील प्लॅनरडार नावाची एक्सपर्ट सिस्टम यासाठी अत्यंत उपयुक्त ठरत आहे. भिंतीला तसेच फरशीला पडणाऱ्या भेगा, पाण्याची गळती आदींचे फोटो

प्लॅनरडारच्या मोबाईल ॲॉपवर पाठवल्यावर साधारणपणे त्याची कारणे, तसेच संभाव्य उपाय व निरसन इंजिनिअर्सना सुचवले जाते. त्याचबरोबर नजीकच्या भविष्यातील संभाव्य गळती, भेगा यांचा देखील अंदाज वर्तवते. त्यानुसार इमारतीच्या देखभालीचे वेळापत्रक आखून पुढील होणारा त्रास व धोका टाळला जाऊ शकतो.

यावरून एक मात्र स्पष्ट होत आहे, ते म्हणजे आर्टिफिशिअल इंटेलिजन्समुळे बांधकाम क्षेत्रातील पारंपरिक कामाचे स्वरूप बऱ्याच अंशी बदलते आहे. पारंपरिक नोकऱ्यांचे स्वरूप बदलून अधिक विशेष प्रकारचे कौशल्य असणाऱ्या मनुष्यबळाची मागणी वाढणार आहे.

भविष्यात मानवी कामगारांच्या ऐवजी अहोरात्र काम करून बांधकाम करणारे इंटेलिजन्ट रोबोट्स दिसले तर नवल नाही. बांधकामाचे अंदाजपत्रक तंतोतंत पाळले जाईल व दुरुस्तीवरील खर्चसुद्धा कमी होईल. विविध आर्थिक व सामाजिक पैलू असणारे बांधकाम क्षेत्र अत्यंत जटिल व किचकट आहे; परंतु आर्टिफिशिअल इंटेलिजन्समुळे गुंतागुंत सोडविण्यास मोठी मदत मिळणार आहे. अर्थात सध्याची प्रगती खूपच प्राथमिक स्वरूपाची आहे. परंतु, आजच्या वेगवान व स्पर्धात्मक युगात उत्तम प्रतीचे टिकाऊ बांधकाम कमीत कमी वेळेत व खर्चात बनविण्यासाठी नुसती अत्याधुनिक तंत्रज्ञानाची कास सोडून चालणार नाही तर चार पावले पुढे राहण्यावर भर देणे हीच काळाची गरज आहे.

१

वाहतूक व्यवस्थापनाचा 'राजमार्ग'

सार्वजनिक वाहतूक व त्याच्याशी निगडित अनेक सुविधा जगातील श्रीमंतांपासून गरीब माणसापर्यंत पोहोचल्या आहेत. मात्र, त्यामुळे अनेक नवे प्रश्नही तयार झाले आहेत. त्यापासून आज तरी कोणाचीही सुटका नाही. १९व्या शतकाच्या शेवटी रस्त्यावर धावणारी पहिली कार बनविण्यात आली. त्यानंतर फक्त १००-१२५ वर्षांमध्ये, 'वॉर्ड्स ऑटो' या वाहन क्षेत्रातील एका नियतकालिकानुसार जगभरात १२० कोटी गाड्या रस्त्यावर धावत आहेत. हाच आकडा २०३५ पर्यंत २०० कोटींच्या पुढे गेलेला असेल. वाहनांच्या प्रगतीने अपघातांनाही निमंत्रण दिले आहे. जागतिक आरोग्य संघटनेनुसार दरवर्षी जवळपास पंधरा लाख लोक रस्त्यावरील अपघातात मरण पावतात, जखमी होण्याचे प्रमाण यापेक्षा अधिक आहे. एकट्या अमेरिकेत गाड्या रहदारीत अडकून पडल्यामुळे दरवर्षी ३००० कोटी रुपयांचे नुकसान होते. ज्या तेजीने नवनवीन गाड्यांची बाजारात भर पडते आहे ते पाहता येत्या काही वर्षांत हमरस्त्यांबरोबरच गल्ली-बोळांत सुद्धा वाहतूक कोंडी बनून एक प्रकारचे 'ग्रीडलॉक' होण्याची शक्यता आहे. ते टाळण्यासाठी रस्त्यांचे जाळे, रुंदीकरण, दर्जा सुधारणे, मेट्रो व्यवस्था आदी उपाय आवश्यक आहेत. त्यासाठी अत्याधुनिक तंत्रज्ञानाची गरज आतापासूनच दिसू लागली आहे. वाहनांना कॉम्प्युटर तंत्रज्ञान, रडार, जीपीएस, विविध सेन्सर्स आणि कृत्रिम बुद्धिमत्ता किंवा आर्टिफिशिअल इंटेलिजन्सद्वारे संचालित करणे, हा उद्देश आता सफल होताना दिसत आहे. त्यामध्ये प्रवासी तसेच मालवाहतूक करणाऱ्या वाहनांच्या प्रवासाचा मार्ग ठरवणे, गरजेनुसार त्यात बदल करणे, टॅक्सीमध्ये पूलिंग वाढवणे, वाहतूक सिग्नलचे नियमन, चालकांवर लक्ष ठेवणे आदींचा सुद्धा समावेश होतो. जेणेकरून वाहतूक सुरळीत ठेवण्यास मोठा

हातभार लागू शकतो. त्या दृष्टीने विकसित देशांत, विशेषतः आफ्रिका खंडातील काही देशांत मोठे काम सुरू आहे. आर्टिफिशिअल इंटेलिजन्सचा वाहतूक व्यवस्थेतील उपयोग ही डिजिटल युगातील एक मोठी क्रांती ठरण्याची शक्यता आहे.

चालकाला झोपेची गुंगी आल्यामुळे तसेच लक्ष विचलित होऊन अपघात होणे अजिबात नवीन नाही. यामुळे बहुमोल जीव धोक्यात तर येतोच पण वेळ आणि पैशांचा अपव्ययसुद्धा मोठा होतो. सध्या काही इंटेलिजन्ट सिस्टीम्स बनवण्यात येत आहेत, त्या गाडी चालविण्यावर लक्ष ठेवतात, गाडी चालवण्याची पद्धत शिकून घेतात. चालकाला गुंगी आली असल्यास, चालकाचे लक्ष विचलित झालेले असल्यास, तत्काळ त्याला अलर्ट करतात. यावरील पुढील काम चालू आहे, ज्यामधे गाडी चालकरहित मोडवर येते व स्वतःकडे ताबा घेते. यामुळे संभाव्य अपघात टाळणे शक्य होणार आहे. जपान, सिंगापूर, दुबई अशा देशांमध्ये स्वयंचालित टॅक्सी आलेल्या आहेत. प्रवाशाने गंतव्य स्थान सांगितल्यानंतर टॅक्सी ठरावीक स्थानावर नेऊन

या सर्व फायद्यांबरोबर अजून काही मोठ्या आव्हानांवर मात करणे गरजेचे आहे. गाडीच्या वेगवेगळ्या व अत्यंत गुंतागुंतीच्या क्लिष्ट प्रणालींमुळे आर्टिफिशिअल इंटेलिजन्स आधारित सॉफ्टवेअरच्या किमती अजूनही खूप जास्त आहेत. त्यामुळे सध्यातरी सामान्य ग्राहकांपासून इंटेलिजन्ट वाहतूक प्रणाली बरीच दूर आहे. सेन्सर्सकडून मिळालेल्या माहितीचा योग्य अर्थ लावणे व त्यावर जलद कृती करणे हे अत्यंत आव्हानात्मक आहे. रस्त्यात येणाऱ्या वेगवेगळ्या प्रकारच्या वाहनांना, तसेच पादचारी, प्राणी आदींना ओळखणे हेही तितकेच आव्हानात्मक आहे. तसेच विकसनशील देशांत जेथे पायाभूत सुनिधांची अजूनही वानवा आहे अशा देशांत या आधुनिक गाड्यांची मागणी सुरू होण्यासाठी अजून काही काळ जावा लागणार आहे. त्याचबरोबर, नवीन कायदेही बनवणे गरजेचे होणार आहे.

सोडते. सध्या तरी या टॅक्सी ठरावीक मार्गावरच चालत आहेत. यामुळे त्यांचा वापरही खूप मर्यादित आहे. गुगलची 'वेमो' नावाची स्वयंचालित टॅक्सी सर्व्हिस अमेरिकेतील फिनिक्स शहरात लोकप्रिय होत आहे. रस्त्यावरून जाताना ३६० अंशांत बसवलेले कॅमेरे, रडार जीपीएस आदींवरून माहिती मिळवत प्रवास करणारी ही टॅक्सी आर्टिफिशिअल इंटेलिजन्सचे अत्यंत उत्कृष्ट उदाहरण आहे.

अमेरिकेतील डेनवर शहरातील एका सर्व्हेनुसार तेथे एका कारमधे एक-ते-दोनच व्यक्ती प्रवास करतात. त्यामुळे नजीकच्या भविष्यात तेथे वाहतूक व्यवस्था कोलमडून पडण्याची शक्यता वर्तवण्यात येत आहे. भारतासारख्या देशात देखील एका गाडी मागे प्रवास करणाऱ्यांची संख्या कमी होताना दिसत आहे. हे जाणूनच ओला-उबेरसारख्या टॅक्सी कंपन्या कार पूलिंगला प्रोत्साहन देत आहेत. प्रवासाच्या गंतव्य स्थानानुसार इंटेलिजन्ट अल्गोरिदम्स आपल्याला पूलिंगचे पर्याय सुचवत असतात. यामुळे काही प्रमाणात रस्त्यावरील गाड्यांची गर्दी कमी होण्यास मदत होत आहे.

जर्मनीतील शास्त्रज्ञ डॉ. होलगर प्रॉथमान तसेच सिंगापूरमधील प्राध्यापक डॉ. दीप्ती श्रीनिवासन यांनी रस्त्यांवरील ग्रीन व रेड सिग्नलच्या वेळांचे आर्टिफिशिअल इंटेलिजन्स आधारित नियोजन केले आहे. प्रत्येक चौकातील प्रत्येक रस्त्याच्या पृष्ठभागाच्या खाली सेन्सर बसवलेले असतात. ते सेन्सर्स चौकातील सर्व

रस्त्यावरील वाहनांच्या रहदारीची तसेच आजूबाजूच्या चौकातील वाहतुकीची माहिती कॉम्प्युटरला पुरवतात. त्यावरून आर्टिफिशिअल इंटेलिजन्स आधारित अल्गोरिदम्स प्रत्येक रस्त्याच्या ग्रीन व रेड सिग्नलच्या वेळांत योग्य बदल करतात. यामुळे वाहतूक कोंडी टाळण्यास मोठी मदत होत आहे.

गुगल मॅप्स गर्दी असलेली किंवा अपघात झालेली ठिकाणे टाळून गाडीसाठी मार्ग उपलब्ध करून देते, तसे संभाव्य गर्दी होण्याची ठिकाणे शोधून मार्ग बदलणाऱ्या स्मार्ट प्रणालीसुद्धा आता बनवल्या जाऊ लागल्या आहेत. सीमेन्स कंपनीने यामधे मोठी आघाडी घेतली आहे. विविध ठिकाणी बसवलेल्या कॅमेऱ्यांमधून मिळणाऱ्या रहदारीच्या माहितीचे विश्लेषण करून सिग्नलच्या वेळा बदलत राहण्यासाठी सीमेन्स मोबिलिटी नावाची प्रणाली उपयोगी ठरते आहे. या सर्व प्रयात्नांमुळे जास्त रहदारीचे रस्ते लवकर मोकळे होण्यास मदत होणार आहे. त्यामुळे इंधनाची तसेच वेळेची मोठी बचत तर होईलच; पण प्रदूषण कमी होण्यातही मदत होईल.

भारतात जवळजवळ सर्व टोल प्लाझा सुरळीत रहदारीसाठी मोठे अडथळे बनले आहेत. त्याबर बाहनांच्या लांबच लांब रांगा, बेळ, इंधन, पैसे आदींचा प्रचंड अपव्यय हे तर नित्याचेच आहे. त्यावर फास्टॅग हा एक परिणामकारक उपाय म्हणून पहिला जातो आहे. परंतु गेल्या ३० वर्षांतील जगातील जवळजवळ सर्वच देशातील मुक्त व्यापार धोरणामुळे आंतरराष्ट्रीय सीमांच्या चेकपोस्टवरील कस्टम प्रक्रियेमुळे

होणारा वेळेचा अपव्यय हा एक मोठा अडथळा अजूनही कायम आहे. त्यावर मी २०१३ ते २०१६ मध्ये कॅनडातील सीमांत क्षेत्रातील विंडसर विद्यापीठात काम केले.

अमेरिका व कॅनडामधील सीमेवर ऑम्बॅसॅडर ब्रिजवर कायमच १०० पेक्षा जास्त मालवाहतूक करणारे ट्रक कस्टम मंजुरीसाठी रांगेत असतात. ट्रकमधील माल, गंतव्य व वितरण स्थाने, प्रवासी मार्ग ठरवणे आदी छोटी-मोठी सर्व माहिती आधीच उपलब्ध करून देणारे इंटेलिजन्ट अल्गोरिदम बनवले. त्यावर पुढील कामातून प्रत्यक्ष उपयोग लवकरच अपेक्षित आहे. कित्येक देशांत सीमेवरील चेकपोस्टवर सेन्सर्स बसवलेले असतात, ते मालवाहतूक करणाऱ्या प्रत्येक ट्रकमधील सामानाचे चेकिंग करतात. मिळालेली माहिती कॉम्प्युटरला दिली जाते. त्याआधारे इंटेलिजन्ट अल्गोरिदम्स आधी ठरल्याप्रमाणे सामानाचा प्रकार, गुणवत्ता आदी तपासतात. त्यानुसारच ट्रकला पुढे जाण्याची अनुमती मिळते. ही सर्व प्रक्रिया ट्रक टोलनाक्यात प्रवेश केल्यापासून ओलांडून जाईपर्यंत काही सेकंदांत पूर्ण होते. प्रत्येक ट्रक-वाहतूक कंपनीला त्याप्रमाणात गुण दिले जातात ज्यानुसार पुढे चेकिंग तसेच दर कमी-जास्त केले जातात. यामुळे ट्रकमधील मानवी तस्करीला देखील मोठा आळा बसतो आहे.

महत्त्वाचे म्हणजे आर्टिफिशिअल इंटेलिजन्स आधारित वाहने वाहतूक नियम पाळणारी असतील, लेनची शिस्त व ठरवून दिलेला वेग ओलांडणार नाहीत. त्यामुळे वाहतूक खूप सुरळीत झालेली दिसेल. मालाची ने-आण सुद्धा जास्त विश्वासार्ह होईल. हवामान अंदाजानुसार मार्ग बदलणे, माल वितरणाचे तसेच प्रवासाचे

वेळापत्रक ठरवणे शक्य होऊन संभाव्य अपघात, विलंब आदी टाळणे शक्य होणार आहे. आर्टिफिशिअल इंटेलिजन्स आधारित वाहनांमुळे व वाहतूक व्यवस्थेमुळे दारू पिऊन गाडी चालवणाऱ्या चालकांची त्वरित सूचना देण्यात येईल व त्वरित शोधही घेता येणे शक्य होईल. यामुळे अपघाताची शक्यता कमी होईल. त्यामुळे नजीकच्या काळात वाहतुकीच्या सर्व समस्या सोडवून व्यवस्थापन सुकर होण्याचा कृत्रिम बुद्धिमत्ता हा राजमार्ग ठरेल, यात शंका नाही!

स्मार्ट होम्स :
भविष्याचा वेध

साधारणपणे मागील काही वर्षांपूर्वीपर्यंत मोबाईल फोनवरून घरातील दिवे चालू-बंद करणे, टीव्ही तसेच इतर उपकरणे नियंत्रित करणे हे तसे स्वप्नवतच होते. तसेच फक्त तोंडाने बोलून किंवा सूचना देऊन घराचा दरवाजा उघडणे, एसी चालू-बंद करणे, घरातील उपकरणे नियंत्रित करणे आदी फक्त अतिश्रीमंत लोकांसाठी भविष्यातील एक चैन असेल असा एक समज होता. परंतु मोबाईल तंत्रज्ञानाच्या क्रांतीमुळे 'स्मार्ट होम्स' ही संकल्पना युरोपातील अनेक देश तसेच अमेरिकेत घराघरांमध्ये पोहोचू लागली आहे. यामुळे राहणीमानाच्या पद्धतीत मोठा बदल होताना दिसतो आहे. या क्षेत्रातील तज्ज्ञ २०१७ हे वर्ष स्मार्ट होम्सला समर्पित करतात. त्याचे कारण म्हणजे या क्षेत्रातील उलाढाल दीडशे अब्ज रुपयांपर्यंत पोचली होती. एका अभ्यासानुसार ही उलाढाल २०२४ पर्यंत काही हजार अब्ज रुपयांपर्यंत पोचण्याचा अंदाज आहे. भारतातही स्मार्ट होम्सची संकल्पना आता मूळ धरत आहे. त्यामुळे 'स्मार्ट' या संकल्पनेचा आजपर्यंतचा तसेच भविष्यातील अभिप्रेत असलेला अर्थ समजून घेणे आवश्यक आहे. थोडक्यात, या संकल्पनेचे संक्रमण समजणे महत्त्वाचे आहे

घर म्हटले की किचन, स्वयंपाक, साफसफाई, सुरक्षा, ऊर्जेचा वापर, मनोरंजन आदी बाबींवर लक्ष जाते. यातील जवळजवळ सर्व गोष्टींमध्ये आता आर्टिफिशिअल इंटेलिजन्स वापरण्याबाबत ॲमेझॉन, गुगल, फेसबुक, मोले अशा अनेक कंपन्या पुढे येत आहेत. घराची साफसफाई करणारा रोबोट आपण प्रत्यक्षात किंवा टीव्ही वर नक्कीच पहिला असेल. अगदी सुरुवातीचा असा रोबोट खोलीमधे सर्वत्र फिरून फरशी व्हॅक्युम क्लीन करू शकत होता. नंतर त्याला स्मार्ट बनवण्यासाठी सेन्सर्स बसवले गेले,

जेणेकरून तो घरातील फर्निचर, फिरणाऱ्या व्यक्ती आदी अडथळे समजू लागला. या रोबोटच्या सेन्सर्स बरोबरच, विविध कॅमेरे आणि त्यातून मिळणाऱ्या सभोवतालच्या माहितीचा योग्य अर्थ लावणे आर्टिफिशिअल इंटेलिजन्समुळे शक्य झाले आणि हा रोबोट आणखी स्मार्ट झाला. आता हा रोबोट खोली साफ करण्यापूर्वी खोलीचा आकार, कपाटे, जिने, पायऱ्या आदी अडथळे समजून घेऊ शकतो. कोणत्या भागात अधिक स्वच्छतेची गरज आहे, कोणते भाग अधिक व लवकर खराब होतात, हे सर्व समजून घेऊन त्याचे काम करतो. यामुळे काम चांगले तर होतेच, पण जेथे गरज असेल तेथेच स्वच्छता केली जात असल्यामुळे पाणी, वीज आदींची मोठी बचत होते. यामध्ये आणखी काम सुरू आहे, जसे हा रोबोट अजूनही पायऱ्या चढू शकत नाही, त्यामुळे त्याला उचलून न्यावे लागते किंवा एकापेक्षा जास्त रोबोट विकत घ्यावे लागू शकतात.

घराच्या सुरक्षेसाठी कॅमेरे बसवणे आता नवीन नाही. काही स्मार्ट प्रकारच्या कॅगोऱ्यांमध्ये सेन्सर असतो. हालचाल जाणवते तेव्हाच तो सुरू होतो आणि व्हिडिओ

आर्टिफिशिअल इंटेलिजन्स आणि इंटरनेट ऑफ थिंग्स (आयओटी) मुळे स्मार्ट होम्स संदर्भातील संशोधनाची व्याप्ती आता वाढत आहे. कित्येक कंपन्या या क्षेत्रातील संशोधनात आघाडी घेत आहेत. येत्या काही वर्षांत स्मार्ट होम्सचे स्वरूप पूर्णपणे बदललेले दिसेल. उदाहरणार्थ, आपण ऑफिसमधून घरी निघू तेव्हा आपल्या नेहमीच्या सवयी, ऋतू, आजूबाजूचे हवामान आदींवरून घरातील एसी सुरू होईल. घराच्या जवळ आल्यावर गॅरेज तसेच घराचे दार उघडले जाईल. घरातील ठरावीक दिवे चालू किंवा बंद केले जातील. आपल्या मूडप्रमाणे संगीत सुरू होईल, चहा-कॉफी बनवली जाईल. खास आपल्यासाठी निवडलेले टीव्हीवरचे चॅनेल सुरू केले जातील. हा दिवस खरोखरच दूर नाही!

रेकॉर्ड होतो. यामुळे वीज, हार्ड डिस्कमधील स्पेस आदींची बचत होते. यापुढे जाऊन जर्मनीमधील एका कंपनीने नवीन आर्टिफिशिअल इंटेलिजन्स कॅमेरा सिस्टम बनविली आहे. या सिस्टीमला घरातील प्रत्येक माणसाचा चेहरा, साधारण शारीरिक ठेवण आदी माहिती दिलेली असते.

घरात येणाऱ्या नेहमीच्या तसेच फेसबुकसारख्या सोशल माध्यमातून देखील आपल्या मित्रमंडळींना ही सिस्टम समजून घेते. त्यांच्या साधारणपणे नेहमी येण्याच्या वेळाही समजून घेत असते. याव्यतिरिक्त घरामध्ये किंवा घराच्या कुंपणामध्ये कोणी आले असेल तर मालकाला किंवा पोलिसांना ताबडतोब सूचना दिली जाते. आजकाल दोन्ही पालक कामाला बाहेर जात असल्यामुळे, मुलांच्या सुरक्षेच्या दृष्टीने हा उपाय फारच उपयुक्त ठरत आहे.

आर्टिफिशिअल इंटेलिजन्स आधारित ॲमेझॉन एको, गुगल होम आदींनी आधीच लाखो घरांमधे शिरकाव केला आहे. त्या प्रणाली आपल्याशी बोलतात, आपल्या आवडीनिवडी समजून घेतात, आपल्या सवयींवर नजर ठेवतात. त्यामुळे घरातील उपकरणे एकमेकांशी जोडून तसेच तोंडी सूचनांवरून नियंत्रित करणे आता शक्य होत आहे. स्वयंपाकघरात किंवा किचनमध्ये स्मार्ट उपकरणे आता वापरली जाऊ लागली आहेत. जसे, कॉफी मशिनला तोंडी दिलेल्या सूचना समजतात. त्याप्रमाणे, कॉफी बनवली जाते. ओव्हनसुद्धा असाच स्मार्ट बनतो आहे. पण आता मात्र आर्टिफिशिअल इंटेलिजन्समुळे या मशिन्स आपल्या ठरावीक खाण्यापिण्याच्या वेळा समजून घेऊ लागल्या आहेत. त्याप्रमाणे, ठरावीक प्रकारची कॉफी, वगैरे सुचवत आहेत.

लवकरच स्मार्ट फ्रिज येत आहेत. एखादे अन्न खराब झाले असेल तर ते लगेचच सूचना देतील. काही किचन उपकरणं तयार करणाऱ्या युरोपातील कंपन्यानी घरात असलेल्या भाज्या तसेच इतर पदार्थांवरून कोणते खाद्यपदार्थ बनवता येतील ते सुचवणारे अल्गोरिदम्स बनवले आहेत. हे अल्गोरिदम्स आपल्या नेहमीच्या खाण्यापिण्याच्या वेळा, ऋतू, आदींच्या आधारे योग्य खाद्यपदार्थ सुचवितात. अमेरिकेतील एमआयटी विद्यापीठात खाद्यपदार्थांच्या फोटोच्या आधारे त्यातील घटकपदार्थ सुचवणारे, तसेच त्याची कृती सांगणारे अल्गोरिदम बनवण्यात आले आहेत.

इंग्लंडमधील मोले नावाच्या कंपनीने शेफ रोबोट बनवला आहे. हा रोबोट आपल्या आवडीनिवडीनुसार, तसेच सवयीनुसार खाद्यपदार्थ बनवतो. आपल्या बदलणाऱ्या सवयीनुसार तोसुद्धा शिकत जातो हे विशेष. याचप्रमाणे टीव्हीसुद्धा आर्टिफिशिअल इंटेलिजन्स वापरून आपली वेळ, आवडी, सवयींनुसार चॅनेल्स दाखवू लागले आहेत.

त्याचप्रमाणे, आपल्या जीवनशैलीनुसार जाहिरातीसुद्धा दाखवणे आता दूर नाही.

दक्षिण कोरियासारख्या देशात नदीवरील पुलांच्या देखरेखीसाठी तसेच नजीकच्या भविष्यात उद्‌भवणाऱ्या संभाव्य दोषांचे व बिघाडाचे आर्टिफिशिअल इंटेलिजन्स वापरून आगाऊ अंदाज घेऊन दुरुस्ती केली जाते. याच धर्तीवर, घरांमध्येसुद्धा अशा प्रणाली बसवण्यावर संशोधन चालू आहे. ज्यामध्ये घरातील विविध उपकरणांमधील बिघाडाचे आगाऊ निदान केले जाईल व त्याप्रमाणे योग्य सूचना दुरुस्ती करणाऱ्याला दिल्या जातील. अशा प्रणालींना 'एक्स्पर्ट सिस्टीम्स' असेही म्हणतात. विविध देशांतील पाणी वितरणाच्या, तसेच ऑइल रिफायनरीमध्ये अशा प्रणालींचा वापर होतो.

या स्मार्ट होम्समुळे ऊर्जेची मात्र प्रचंड बचत नक्कीच होणार आहे. ही आजच्या काळासह पुढच्या पिढ्यांसाठीची गरज आहे. आपण कोणतेही उपकरण घेताना त्याला किती वीज लागू शकते याचाही विचार करत असतो. पण गरज नसताना अशा उपकरणांचा कमीत कमी उपयोग करणे आता आर्टिफिशिअल इंटेलिजन्समुळे शक्य होणार आहे.

त्याचबरोबर, मोबाईलचा वापर स्मार्ट होम्ससाठी आता कमी होत जाईल कारण घरातील सर्व उपकरणे, एकमेकांशी तसेच इंटरनेटशी जोडलेली असतील. ती उपकरणे मिळवलेल्या तसेच माहितीच्या आधारे स्वतःहून मालकासाठी अनुरूप काम

करू शकतील. कालांतराने, घरे एकमेकांशी जोडली जातील व आतील सिस्टीम्स एकमेकांपासून शिकून अजून स्मार्ट बनतील. आर्टिफिशिअल इंटेलिजन्सचे घरासाठी अगणित उपयोग होतील असे एकूण चित्र आहे. यातील कित्येक गोष्टी शक्य होताना दिसत आहेत. उदाहरणार्थ 'ई-टोनोमी' नावाची फ्रान्समधील एक संस्था घरातील वृद्ध, तसेच अपंग लोकांसाठी स्मार्ट होम्स बनवण्यात आघाडी घेत आहे. ज्यामध्ये त्यांचा व्यायाम, खाण्यापिण्याची पथ्ये आदी बाबींवर काम चालू आहे.

ऊर्जेची बचत, सुलभता, सुरक्षा आदींमुळे लोकांमध्ये स्मार्ट होम्सची लोकप्रियता वाढत आहे. पण त्याला मोजावी लागणारी प्रारंभीची मोजावी लागणारी किंमत अजूनही सामान्य माणसाच्या आवाक्यात नाही. स्मार्ट होम्समुळे काही दुष्परिणामही संभवतात. ज्यामध्ये, या सिस्टममधील माहिती चोरली जाऊ शकते. घरामध्ये कोण येते-जाते याची माहिती बाहेर जाऊ शकते. घरातील आपल्या सवयींची माहितीसुद्धा बाहेर जाहिरात कंपन्यांना विकली जाऊ शकते. या वैयक्तिक माहितीच्या सुरक्षेसंदर्भात काही कंपन्यांमध्ये तसेच विद्यापीठांत संशोधन चालू आहे. भारतातील तरुण संशोधकांसाठी यामध्ये प्रचंड संधी उपलब्ध आहेत. अगदी साधे-सोपे उपाय शोधण्याकडे लक्ष केंद्रित करून मानवी जीवन खूप सुखकर करण्यात मोठे योगदान आपण नक्कीच देऊ शकतो.

संसाधने व्यवस्थापन

विकासाला चालना देणाऱ्या विविध औद्योगिक, शासकीय, निमशासकीय संस्थांमध्ये विविध संसाधनांना आज महत्त्व प्राप्त झाले आहे. त्यातही या आस्थापनांना खऱ्या अर्थाने गती मिळते ती, मनुष्यबळाने. त्यासाठी हे मनुष्यबळ कुशल असणे आवश्यक असते. त्यामुळेच या मनुष्यळाचे व्यवस्थापन करण्यासाठी स्वतंत्र कक्ष औद्योगिक संस्थामध्ये गेल्या काही वर्षात सुरू झाला आहे. तसेच त्याचे व्यवस्थापन करण्यासाठी कृत्रिम बुद्धिमत्तेची मदत घेतली जात आहे. अगदी कंपन्यांमध्ये नेमणूक करण्यापूर्वी एखाद्या पदासाठी आलेल्या अर्जांची छाननी कृत्रिम बुद्धिमत्तेच्या मदतीने केली जाते. 'एआय'च्या मदतीने भविष्यात अनेक कामे केली जातील. त्यामुळे अनेकांना नोकऱ्या जाण्याचीही भीती वाटते. मात्र, दुसऱ्या बाजूला याच क्षेत्रात काम करणाऱ्या कुशल आणि गुणतत्त्वाप्रधान मनुष्यबळाची मागणीही निर्माण होऊ शकते. मनुष्यबळाच्या बाबतीत संसाधनांचे व्यवस्थापन करताना नेमके काय बदल होणार आहेत, याचा वेध घेणे आवश्यक आहे.

मनुष्यबळ व्यवस्थापनाला 'वळण'

आर्टिफिशिअल इंटेलिजन्सने आता मानवी जीवनाच्या जवळजवळ सर्वच क्षेत्रांत प्रवेश केला आहे. काही दशकांपूर्वी ज्या संकल्पनेचा उपयोग स्वप्नातीत वाटत होता, ती आता अनेक क्षेत्रांचा अविभाज्य भाग बनली आहे. येत्या काही वर्षात आर्टिफिशिअल इंटेलिजन्सचा जगातील उद्योगधंद्यातील वाटा ३० लाख कोटी रुपयांपेक्षा जास्त असेल. पुरवठा साखळी व्यवस्थापनातील अगदी प्राथमिक नियोजनापासून कारखान्यातील उत्पादन ते उत्पादित मालाची वाहतूक, वितरण आदी क्षेत्रांत आर्टिफिशिअल इंटेलिजन्सने चांगलाच जम बसवला असून त्याचा अतिशय उत्तम व कार्यक्षम वापर होत आहे. वेगवेगळ्या व्यवस्थापनांमध्ये मनुष्यबळाची मोठी गरज असते. साधारणपणे योग्य उमेदवार शोधणे, मुलाखत घेणे, प्रशिक्षण देणे, योग्य काम देणे, बढती देणे आदींपासून ते निवृत्तीपर्यंतचे सर्व नियोजन मनुष्यबळ विभाग करतो. त्यामध्ये गेल्या दशकाच्या सुरूवातीपासून माहिती साठवण्याची वाढलेली क्षमता व त्याचा अर्थ लावण्यासाठीच्या कॉम्प्युटर तंत्रज्ञानात वेगाने होणारे सकारात्मक बदल पाहता कमी वेळात मोठा पल्ला गाठणे शक्य होईल. त्यातून मनुष्यबळ व्यवस्थापनाला कृत्रिम बुद्धिमत्ता सकारात्मक वळण देऊ शकणार आहे.

ऑटोमेशनमुळे रोबोट्सचा उपयोग विविध कंपन्यांतील पुनरावृत्त होणाऱ्या कंटाळवाण्या कामासाठी करून मानवी हातांचा, मेंदूचा, परिश्रमांचा उपयोग अधिक चांगल्या, महत्त्वाच्या, सर्जनशील कामासाठी केला जातो. यामुळे एकूणच सर्व प्रकारची कार्यक्षमता वाढण्यास मदत होते.

अशाच आर्टिफिशिअल इंटेलिजन्स आधारित ऑटोमेशनचा ह्युमन रिसोर्स

मॅनेजमेंटसाठी प्रामुख्याने नोकरीसाठी अर्ज केलेल्या उमेदवाराचे इंटरनेटवरील विविध सोशल मीडियावरील अकाउंट्स शोधले जातात. त्यासाठी इंटेलिजन्ट सर्च व मशिन लर्निंग अल्गोरिदम्स बनवलेले असतात. ते काही मिनिटांत उमेदवाराचे सोशल मीडियावरील वर्तन, त्याच्या साधारण सामाजिक विचारांचा कल त्याच्यावर असणारा जवळचे मित्र, नातेवाइक यांचा एकूण प्रभाव शोधला जातो. त्यावरून हे अल्गोरिदम्स उमेदवाराचे सोशल मीडिया संबंधित प्रोफाईल बनवतात. तसेच त्यावरून ह्युमन रिसोर्स मॅनेजर्सना कंपनीच्या कामासाठी उमेदवाराच्या योग्यतेचे गुण सुचवले जातात. यावरून उमेदवाराची पार्श्वभूमी ठरविण्यात मदत होते. हे सध्याच्या अस्थिर, गतिमान, तसेच स्पर्धात्मक वातावरणात टिकून राहण्यासाठी कोणत्याही कंपनीच्या हितासाठी अत्यंत महत्त्वाचे आहे.

कोणत्याही उमेदवाराचा बायोडाटा किंवा सीव्ही कंपनीकडे आल्यानंतर त्याची योग्यता तपासली जाते. त्यातील काही ठरावीक गोष्टी, जसे शैक्षणिक पात्रता, अनुभव, सन्मानपत्रे, कौशल्य आदी काही

कर्मचारी-अधिकारी यांच्यामधील दुवा

कोणत्याही गुणी कर्मचाऱ्याला टिकवून ठेवणे कंपनीच्या विश्वासाहीतेच्या दृष्टीने खूप महत्त्वाचे असते. त्यासाठी वैयक्तिक तसेच कामासंबंधित समस्या समजून घेणे, योग्य व्यक्तीकडे समस्या पोचवणे व वेळेत त्याचे निराकरण करणे हे अत्यंत गरजेचे असते. त्यानुसार, नवीन तसेच जुन्या कर्मचाऱ्यांचे काही प्रश्न व समस्या प्रथम चॅटबॉट्स सोडवण्याचा प्रयत्न करतात. प्रश्नांनुसार व उत्तराच्या समाधानावरून मिळालेल्या गुणांनुसार चॅटबॉट्स शिकत जातात. पुढे त्याचाच उपयोग अधिक प्रगल्भतेने होत जातो. यावरून ह्युमन रिसोर्स विभाग अधिक महत्त्वाच्या प्रश्नांकडे लक्ष केंद्रित करू शकतो. मुख्य म्हणजे हे चॅटबॉट्स आठवड्याचे सातही दिवस २४ तास उपलब्ध असतात. काही इंटेलिजन्ट सॉफ्टवेअर्स प्रत्येक कर्मचाऱ्याच्या दैनंदिन कारभारावर लक्ष ठेवून असतात. प्रत्येक कर्मचाऱ्याला आखून दिलेले काम कितपत पूर्ण झाले आहे, त्यावरून त्याला तसेच संबंधित वरिष्ठाला सूचित करतात. प्रत्येक कर्मचाऱ्याच्या इंटरनेटवरील सर्च, तसेच ई-मेल्सचे विश्लेषण करून तो कंपनी सोडण्याच्या तयारीत असल्यासंदर्भात अहवाल तयार करतात. त्यानुसार, वरिष्ठ अधिकाऱ्यांना योग्य ते नियोजन करणे शक्य होते.

मिनिटांमध्ये समजून घेऊन पुढील प्रक्रिया व सोपस्कारांसाठी सीव्ही पाठवायचा की नाही हे ठरवले जाते. परंतु दररोज अशा अनेक सीव्हींची पडताळणी करणे हे पुन्हा एक कंटाळवाणे काम होऊन बसते.

मशिन लर्निंग अल्गोरिदम्स नोकरीच्या अपेक्षित पात्रतेनुसार सीव्हीमधील ठरावीक शब्दांचा शोध घेतात. त्यानुसार गुणवत्तेची क्रमवारी देतात. या सर्वांमध्ये ह्युमन रिसोर्समधील कर्मचारी आणि अधिकाऱ्यांचा वेळ वाचतो. मुख्य म्हणजे नोकरीसाठी अर्ज केलेल्या उमेदवारांना कमी वेळेत उत्तर मिळाल्यामुळे त्यांचा वेळही वाचतो. असे अल्गोरिदम्स इंटरनेटवरील विविध जॉब साइट्सवरून इच्छुक उमेदवारांचा शोध घेतात व ह्युमन रिसोर्स मॅनेजर्सना सूचित करतात.

योग्य उमेदवार शोधण्याचे काम इंटेलिजन्ट अल्गोरिदम्स करतात, तसेच नवीन काम सुरू केलेल्या कर्मचाऱ्यांकडे लक्ष देण्याचे कामही ते करत आहेत. नव्या कर्मचाऱ्यांना कंपनीच्या विविध पैलूंची माहिती करून देणे, काही औपचारिकता पूर्ण करून घेणे, प्रशिक्षणाची माहिती देणे, प्रशिक्षणाच्या विविध टप्प्यांवर छोट्या चाचणी परीक्षा घेणे, मार्किंग करणे, बदल सुचवणे आदी कामे आता हे सॉफ्टवेअर्स करत आहेत. आता कित्येक कंपन्यांमध्ये प्राथमिक मुलाखतीसाठी चॅटबॉट किंवा इंटेलिजन्ट सॉफ्टवेअर्स वापरले जातात. ज्यामध्ये, उमेदवाराला साधे प्रश्न विचारून साधारण माहिती गोळा केली जाते. उमेदवाराच्या प्राथमिक प्रश्नांचे निराकरण केले जाते. यामुळे

उमेदवाराचे जलद मूल्यमापन होते.

या फायद्यांबरोबरच कंपनीची जबाबदारीही वाढते. ह्युमन रिसोर्स मॅनेजर्सना इंटेलिजन्ट सॉफ्टवेअर काम कसे करते किंवा कंपनीच्या धोरणांनुसार योग्य रीतीने काम करते की नाही याची नियमितपणे माहिती व आढावा घेणे क्रमप्राप्त असते. त्यानुसार, योग्य उमेदवाराचा अर्ज नाकारला न जाणे, चुकीचा उमेदवार निवडला न जाणे शक्य होते.

भारतासारख्या विविधतेने संपन्न असलेल्या देशात प्रतिभावान लोकांची कमी नाही ; परंतु वैयक्तिक पूर्वग्रह, तसेच भाषा, धर्म व जातीपातीच्या गुंत्यातून योग्य व्यक्ती निवडून त्याच्याकडून कंपनीच्या प्रगतीत हातभार लावून घेणे हे सर्व अत्यंत जिकिरीचे काम आहे. स्पर्धात्मक वातावरणात टिकून राहणे, प्रगतीचा आलेख उंचावत ठेवण्यासाठी या सर्वांतून बाहेर पडून प्रतिभेस वाव देण्यासाठी तटस्थ आर्टिफिशिअल इंटेलिजन्स तंत्रज्ञानाचा वापर अटळ आहे. याचे समाजमनावर, देशाच्या प्रागतिक वाटचालीत दूरगामी सकारात्मक परिणाम होणार आहेत. फक्त योग्यतेवरून व क्षमतेवरून उमेदवाराची निवड केल्याने, त्या संदर्भातील कित्येक नकारात्मक बाबी आपोआपच दूर होतील व उमेदवाराला योग्य काम सोपवण्यास मदत होईल.

कंपनीच्या प्रतिष्ठेत आर्टिफिशिअल इंटेलिजन्स अशा प्रकारे भरच घालेल. भारतातील विद्यापीठांत विद्यार्थ्यांकडून या संदर्भातील प्रोजेक्ट्स करवून घेता येऊ शकतात. असे सॉफ्टवेअर्स एका प्लॅटफॉर्मवर आणून त्यात योग्य बदल करून संबंधित विभाग, संस्था व विद्यापीठीय पातळीवर वापरले जाऊ शकतात.

१२

नवे रोजगार
की वाटा बंद?

अमेरिकेतील बर्कले येथील युनिव्हर्सिटी ऑफ कॅलिफोर्नियामधील प्राध्यापक डॉ. ह्युबर्ट ड्रेफस हे आर्टिफिशिअल इंटेलिजन्सचे कडवट टीकाकार मानले जात. त्यांनी १९६५ साली विधान केले होते की आर्टिफिशिअल इंटेलिजन्स जास्तीत जास्त चेकरबोर्ड गेम खेळू शकेल, परंतु चेस सारखा दर्जेदार व अवघड गेम खेळणे त्याच्या आवाक्यात नाही. पुढे १९६७ साली अमेरिकेतील मॅसेच्युसेट्स इन्स्टिटयूट ऑफ टेक्नॉलॉजी येथे बनवलेल्या इंटेलिजन्ट चेस खेळाडूने त्यांना वारंवार चेकमेट करून दाखवले. पुढे, १९९७ साली आयबीएमने बनवलेल्या 'डीप-ब्लू' नावाच्या बुद्धिबळाच्या आर्टिफिशिअल खेळाडूने तत्कालीन सर्वोत्कृष्ट खेळाडू गॅरी कास्पारोव्हला हरवले आणि आर्टिफिशिअल इंटेलिजन्सच्या ताकदीची ओळख जगाला पटली. हॉंगकॉंगमधील हॅन्सन रोबोटिक्स कंपनीने २०१६ साली बनवलेल्या मानवाप्रमाणे बोलणाऱ्या, हावभाव करणाऱ्या, विविध भाषा शिकणाऱ्या 'सोफिया' नावाच्या रोबोटपर्यंत आपण आलो आहोत. त्याच्या वाढत्या प्रभावामुळे कित्येक उद्योगधंद्यांमधे रोजच विविध बदल होत आहेत. येत्या काही दशकांत त्यामुळे प्रचंड सामाजिक तसेच आर्थिक उलथापालथ होऊ घातली आहे. बँकिंग, मार्केटिंग, उत्पादन, शिक्षण, प्रशासन, शेती आदी क्षेत्रांवर प्रामुख्याने मोठा बदल झालेला दिसेल. त्याचा सर्वच क्षेत्रांतील रोजगारावर परिणाम अपरिहार्य आहे.

गेल्या १०० वर्षांतील एकूण कल व प्रगती पाहता, येत्या काही दशकांत एकसारखी किंवा तोचतोचपणा असणारी कंटाळवाणी कामे, ऑटोमेशनमुळे तसेच आर्टिफिशिअल इंटेलिजन्समुळे माणसाकडून नक्कीच काढून घेतली जाणार आहेत. कॉलसेंटर, उत्पादन व निर्मिती आदी क्षेत्रांत इंटेलिजन्ट मशिन्स व रोबोट्स जवळजवळ सर्वच कामे करू

लागतील. स्वयंचलित वाहने हे एक उत्तम उदाहरण आहे. ज्यामध्ये इंटेलिजन्ट सेन्सर्स आजूबाजूचे अडथळे, चालणाऱ्या व्यक्ती, वाहने आदी ओळखते. त्याप्रमाणे वाहन चालवून इच्छित स्थळापर्यंत वाहनातील प्रवाशाला सोडू शकते किंवा विविध प्रकारचे साहित्य पोचवू शकते.

हा प्रयोग बऱ्याच अंशी सफल झाला आहे. मुख्य म्हणजे अशी वाहने अधिक सुरक्षित, कार्यक्षम व प्रभावी साधन आहेत. सामान्य माणसाच्या आर्थिक गणितात बसण्यासाठी अजून काही काळ जाणार असला, तरी त्यामुळे मानवी वाहन चालक ही संकल्पना लवकरच इतिहास जमा होणार आहे. आरोग्य क्षेत्रातील नर्सेस म्हणजेच परिचारिकांची गरजसुद्धा कमी होत जाईल. त्याचे महत्त्वाचे कारण म्हणजे, रुग्णाच्या अंगावरील विविध उपकरणांद्वारे डॉक्टरला वेळोवेळी सूचित केले जाईल, त्याला मदत करणाऱ्या एक्स्पर्ट सिस्टम्ससुद्धा उपलब्ध होत आहेत. त्यामुळे रुग्णाला तातडीने सल्ला दिला जाईल व पुढील आवश्यक मदत केली जाईल. त्यामुळे रुग्णावर सतत लक्ष ठेवण्यासाठी नर्सेसची गरज कमी

बँकेतील ऑटोमेशनमुळे केवळ जमाखर्चाचा हिशेब ठेवणाऱ्या जवळजवळ सर्वांचे रोजगार गेले, पण ऑडिटर्स, अकाउंटंट्स, असे एक ना अनेक रोजगार उपलब्ध झाले. ऑटोमेशन आणि आर्टिफिशिअल इंटेलिजन्समुळे अल्प काळासाठी नोकऱ्या गेलेल्या आहेत, पण दीर्घकालीन विचार करता रोजगारात लक्षणीय वाढही झाली आहे. नोकऱ्यांमध्ये स्त्रियांचा सहभाग वाढून रोजगाराचा दर ८० टक्क्यांहून अधिक झाला आहे. तंत्रज्ञान बदलते, म्हणजे आधीचे टप्प्याटप्प्याने निष्क्रिय होते आणि नवनवीन येत जाते तसे लोकांच्या राहणीमान, कामाचे स्वरूप सुद्धा उंचावत जात असते. त्यानुसार मानवी कौशल्याचे स्वरूप व अपेक्षा बदलतात. मात्र, काही गोष्टी गळाल्या तरी, नव्या तयार होत असतात. त्यानुसार रोजगारांची गरज आणि पुरवठा या बाजारामध्ये सातत्यपूर्ण बदलाबरोबरच टिकून राहतील.

होत जाईल. कुरिअर सर्व्हिस सध्या सर्वच देशांत जोरात व फायद्यात आहे. परंतु, आता स्वयंचलित वाहने, ड्रोन्स, रोबोट्स आदींचा वापर वाढतो आहे. येत्या साधारण दोन दशकांत हे क्षेत्र संपूर्णपणे मानवरहित होण्याची शक्यता आहे. ॲमेझॉनसारख्या कित्येक वितरण व्यवस्थेसंबंधित काम करणाऱ्या कंपन्यांची मोठी गोदामे असतात. त्याचप्रमाणे, 'इकिआ'सारख्या फर्निचर क्षेत्रातील आघाडीच्या कंपन्यांची गोदामे बहुमजली असतात. ग्राहकांच्या ऑर्डरप्रमाणे इंटेलिजन्ट रोबोट्स स्वतः वस्तू शोधून ट्रकपर्यंत पोचवण्याचे काम आता नवीन राहिलेले नाही. यामधे कित्येक रोबोट्स या गोदामांमध्ये रात्रंदिवस न थकता, अपघात टाळून काम करत असतात.

चीनमधील संपूर्णपणे इंटेलिजन्ट रोबोट्सकडून चालवले जाणारे ॲमेझॉनचे गोदाम हे एक प्रातिनिधिक उदाहरण आहे. रिअल इस्टेटचा व्यवहार भारतासारख्या कमी जागा आणि अधिक गरज असणाऱ्या देशात प्रचंड उलाढालीचा आहे. परंतु, ९९ एकर्स, मॅजिक ब्रिक्ससारख्या कंपन्या ग्राहकांच्या तसेच विक्रेत्यांच्या गरजेनुसार व प्राधान्यानुसार विविध पर्याय उपलब्ध करून देत आहेत. त्यामुळे, मानवी एजंट किंवा दलालाची खूपच कमी गरज भासणार आहे.

कार्यक्षमता, उत्पादकता, वाढणारा नफा, नेहमीच नवीन प्रकारच्या उद्योगधंद्यांच्या वाढीस कारणीभूत ठरतो. त्यातूनच नवीन प्रकारचे कौशल्य लागणाऱ्या संधी उपलब्ध होत असतात. तंत्रज्ञान सातत्याने बदलत असते. त्यानुसार नवनवीन रोजगाराच्या संधी विविध स्वरूपात उपलब्ध होत असतात. १९२०-१९३० च्या काळात स्वयंचलित मशिन्सचा वापर शेती आणि उत्पादन कारखान्यांत मोठ्या प्रमाणात होऊ लागला होता. आजच्या पेक्षाही मोठी बेरोजगारी वाढण्याची भीती तेव्हा व्यक्त झाली होती. हे खरे की कित्येक प्रकारच्या नोकऱ्या संपल्या. जसे पूर्वी इमारतींची लिफ्ट चालवण्यासाठी एका व्यक्तीची नेमणूक केलेली असायची. आता ती नोकरी कुठेच उपलब्ध नाही.

काही दशकांपूर्वी जेव्हा एटीएम मशिन अस्तित्वात आले, तेव्हा बँकेच्या कॅशिअरच्या नोकरीबद्दल अशीच भीती व्यक्त झाली होती. एटीएम मशिन्सची संख्या वाढत गेली, तसे बँकेचा सर्वसाधारण खर्च कमी होत गेला, त्यामुळे नवनवीन शाखा उघडता आल्या. त्यातून नवीन नोकऱ्या उपलब्ध झाल्या. एटीएम सुरळीत चालावे म्हणून सिस्टीम्स बनविणारे, देखरेख करणारे असे अनेक रोजगार उपलब्ध झाले.

इकॉनॉमिक वर्ल्ड फोरमने २०१८मध्ये केवळ अमेरिकेतच २०२२ सालापर्यंत आर्टिफिशिअल इंटेलिजन्समुळे ७ कोटींहून अधिक नोकऱ्या तयार होण्याचा अंदाज वर्तविला होता. जपान सरकारच्या नुकत्याच प्रसिद्ध झालेल्या अहवालानुसार येत्या

दशकात आर्टिफिशिअल इंटेलिजन्स आधारित नोकऱ्यांच्या प्रमाणात 'न भूतो न भविष्यती' वाढ होण्याचा अंदाज वर्तवला आहे. या नोकऱ्यांचे स्वरूप मात्र पारंपरिक पद्धतीचे राहण्यापेक्षा कंत्राटी पद्धतीचे व कौशल्यावर आधारित असणार आहे.

एक मात्र खरे आहे की मानवी प्रयास, विचार, नवनवीन काहीतरी बनवण्याची इच्छा कधीच थांबत नाही. जगातील वेगवेगळ्या देशांतील गरजांनुसार तंत्रज्ञान बदलत असते. तेथील बनवलेला माल इतर देशांत विकला व वापरला जात असतो. त्यातून देशांतर्गत स्पर्धा सुरू होत असते व पुढे उत्तम दर्जाची वैविध्यपूर्ण उत्पादने, सेवा आदी कमीत कमी किमतीत ग्राहकापर्यंत पोचवणे हाच हेतू असतो. जगण्यासाठी आणि विकास करण्यासाठी नवनवीन परिस्थितीशी जुळवून घेणे, सर्वांपिक्षा पुढे राहण्याचा प्रयत्न करणे हाच मनुष्यापुढे पर्याय आहे. अठराव्या शतकातील औद्योगिक क्रांतीपासून ते आता इंडस्ट्री-४.० पर्यंत प्रचंड वेगाने तंत्रज्ञान विकसित झाले आहे. जगातील सर्वच देशांत रोजगारांत प्रचंड वाढ झाली आहे.

आजच्या सुरूवात झालेल्या आणि लवकरच मोठा वेग धरून जग व्यापू पाहणाऱ्या आर्टिफिशिअल इंटेलिजन्सच्या युगात इन्फॉर्मेशन टेकनॉलॉजी, कॉम्प्युटर, सॉफ्टवेअर इंजिनिअरिंग आदींची मागणी वाढतच जाईल कारण इंटेलिजन्ट सिस्टीम्स बनवणे, देखरेख करणे आदी कामांत त्यांचा सिंहाचा वाटा असेल. आज जगभरात अनेक क्षेत्रांत वेगवेगळ्या उपयोगांसाठी कृत्रिम बुद्धिमत्ता वापरण्यात येत आहे. त्यातून हजारो नवनवीन उद्योग उभारले जात आहेत. त्यातून लाखो संशोधनाच्या, निर्माणाच्या, देखभालीच्या संधी उपलब्ध होत आहेत. कमीत कमी संसाधनांचा वापर व जास्तीत जास्त परिणाम तसेच उत्पादन हा याचा मूळ उद्देश यामुळे सफल होण्यात मदत होणार आहे.

संसाधने म्हणजे अर्थातच मानवी श्रम, मटेरियल, कच्चा माल, वेळ, आदींचा कमीत कमी वापर करून दर्जेदार आणि ग्राहकोपयोगी माल बनवणे व सेवा देणे. मानवी श्रम तीच-तीच कंटाळवाणी कामे करण्यात वापरण्याऐवजी, कौशल्याधारित सर्जनशीलता जोपासणे व वाढीस लावणे. भारतासारख्या तरुणांच्या देशाला त्याची नितांत गरज आहे. त्या दृष्टीने आर्टिफिशिअल इंटेलिजन्स हे आजचे व भविष्यातील कित्येक दशकांसाठीचे अत्यंत महत्त्वाचे साधन आहे, हे मात्र नक्की. स्पर्धेत टिकायचे की मागे राहून नवीन तंत्रज्ञानाला दोष देत राहायचे हा ज्याचा त्याचा प्रश्न असला, तरी देशाच्या प्रगतीत आपला हातभार लावणे आपले आद्य कर्तव्य आहे.

❖   ❖   ❖

उत्पादन क्षेत्राच्या प्रगतीत वाटा

भांडवलशाहीच्या आजच्या युगात कमीत कमी खर्चात जास्तीत जास्त टिकाऊ, दर्जेदार, आकर्षक उत्पादने बनवणे, त्यांचे स्वरूप बदलते ठेवणे, उत्पादनांची विश्वसनीयता जपणे व वाढवणे आदी गोष्टी अत्यंत महत्त्वाच्या आहेत. स्पर्धात्मक बाजारात टिकण्यासाठी उत्पादन क्षेत्रात सतत सकारात्मक बदल करणे, नवनवीन तंत्रज्ञान आत्मसात करणे हे क्रमप्राप्त ठरते. साधारणपणे, कारखान्यांमध्ये अनपेक्षितपणे मशिन डाउन होऊन, म्हणजे बिघाड होऊन बहुमूल्य वेळ वाया जाणे, काही कारणांमुळे सदोष उत्पादन होणे आदींवर लक्ष केंद्रित करणे आवश्यक असते. अठराव्या शतकातील औद्योगिक क्रांतीनंतर उत्पादन क्षेत्रात असंख्य बदल होत गेले. ऑटोमेशन, रोबोटिक्स आदी तंत्रज्ञानामुळे उत्पादनाला प्रचंड वेग येऊ लागला आहे. कारखान्यांतील मानवी सहभागही आता कमी होऊ लागला आहे. गेल्या दोन दशकांत जवळजवळ सर्वच उत्पादनाशी निगडित, मोठ्या व मध्यम आकाराच्या कंपन्यांनी इंटरनेट व डिजिटल तंत्रज्ञान वापरणे चालू केले आहे. त्यामुळे प्रचंड प्रमाणात माहिती अगदी प्रत्येक मिनिटाला उपलब्ध होत आहे. ही माहिती विविध प्रकारची असते.

मशीनचे वेगवेगळी उत्पादने बनवण्याच्या वेळेच्या तापमानाचे आकडे, लागणारा वेळ, टूल्सची होणारी झीज, उत्पादनाचे इन्स्पेक्शन किंवा गुणवत्ता तपासणीचे फोटो आदी प्रातिनिधिक उदाहरणे आहेत. अशी शेकडो प्रकारची माहिती केवळ एका मशिनमधून उपलब्ध होत आहे. या माहितीचा उपयोग करून उत्पादनाच्या खर्चात लक्षणीय कपात होण्यास तसेच मालाचा दर्जा उंचावण्यात होऊ शकतो. कित्येक कंपन्या कृत्रिम बुद्धिमत्तेचा म्हणजेच आर्टिफिशिअल इंटेलिजन्सचा वापर या माहितीचा योग्य अर्थ

लावण्यासाठी तसेच सुधारात्मक बदल घडवण्यासाठी करत आहेत व त्यातून प्रत्यक्ष कामातील कार्यक्षमता वाढवणे, नवनवीन बदल करणे, आगामी काळातील आर्थिक आडाखे बांधणे आदी अधिक अचूकतेने तसेच लवकर शक्य होत आहे. ही काळाची गरजसुद्धा आहे.

फ्रान्समधील 'कॅपजेमिनी' या तंत्रज्ञान व कन्सल्टन्सी क्षेत्रातील आघाडीच्या कंपनीच्या एका सर्वेक्षणानुसार यूरोपातील ५० टक्क्यांहून अधिक उत्पादनाशी संबंधित कंपन्या आर्टिफिशिअल इंटेलिजन्सचा वापर करत आहेत. हे प्रमाण जपानमध्ये ३० टक्के, तर अमेरिकेत २८ टक्क्यांच्या आसपास आहे. कोविड २०१९ नंतर हे प्रमाण सातत्याने वाढते आहे. उत्पादन करणाऱ्या कारखान्यातील तसेच उत्पादन साखळीच्या संदर्भातील जो डेटा किंवा माहिती उपलब्ध होत असते त्याचा कमी वेळेत अर्थ लावणे, विविध लाखो आकड्यांचा एकमेकांशी संबंध जोडणे, निष्कर्ष काढणे आदी विश्लेषण करून कार्यप्रणालीत सुधारणा सुचवणे किंवा करणे हे मानवी क्षमतेच्या बाहेरचे काम आहे. हे काम मशिन लर्निंग अल्गोरिदम्स वेगाने करत

मागील दशकातील डिजिटल क्रांतीमुळे डेटा किंवा माहिती साठवणे अधिक स्वस्त झाले आहे. त्याचा फायदा उत्पादन क्षेत्रात झालेला आहे. उत्पादन चालू असताना विविध टप्प्यांवर कॅमेरे मालाचे फोटो घेत असतात. मशिन लर्निंग अल्गोरिदम्स त्या फोटोंतील उत्पादनाच्या गुणवत्तेचे अपेक्षित असलेल्या गुणवत्तेशी तुलना करतात. त्यावरून योग्य निष्कर्ष काढून त्या चालू उत्पादनावर पुढील प्रक्रिया करायची की नाही, याचा निर्णय घेतात. त्यानुसार, टाकाऊ उत्पादनावरील पुढील प्रक्रिया वाचून पैशांची व वेळेची बचत होते, मानवी सहभाग व हस्तक्षेप कमी होतो व अपेक्षित गुणवत्तेचे उत्पादन मिळण्यास मदत होते.

आहेत व उत्पादन क्षमतेवर मोठा सकारात्मक बदल घडवत आहेत. उत्पादनात तसेच दर्जातील सातत्य राखण्यासाठी कारखान्यांतील मशिन्सची वेळेत व योग्य देखभाल खूप गरजेची असते. आधी सांगितल्याप्रमाणे मशिनमधे बिघाड झाल्यास बहुमूल्य वेळ वाया जातो, तसेच सदोष उत्पादन होण्याची शक्यता असते. याचे मोठे दूरगामी परिणाम होत असतात. मशिन्स तसेच त्याच्या आजूबाजूच्या संबंधित प्रणालींमधे विविध सेन्सर्स बसवलेले असतात.

'इंटरनेट ऑफ थिंग्स' (आयओटी) मुळे सर्व प्रणालींची प्रत्येक सेकंदाची माहिती गोळा करता येते. मशीन लर्निंग अल्गोरिदम्स त्या सर्व माहितीचे विश्लेषण करत असतात. त्यावरून पुढील होणाऱ्या बिघाडाची आगाऊ सूचना देऊ करतात. विशेष म्हणजे, मशिनच्या कोणत्या भागात, कधी व कोणत्या कारणाने बिघाड येऊ शकतो, कोणत्या प्रकारची दुरुस्ती आवश्यक आहे, हे सुद्धा सांगतात. त्याप्रमाणे कंपनीच्या योग्य विभागाला सूचना दिल्या जातात व दुरुस्ती केली जाते. तंत्रज्ञानाने केलेल्या दुरुस्तीनुसार प्रणालीमध्ये सुधार होतो. या प्रणाली अशा सुधारणेतून शिकत जातात. अशा प्रणालींना एक्स्पर्ट सिस्टीम्स असे म्हणतात. यामुळे उत्पादनात व दर्जात सातत्य राखण्यास मदत होते. बिघाडामुळे होणारा पैशांचा, वेळेचा अपव्यय टाळता येतो. कामगारांना सेन्सर्स किंवा वेअरबल्स लावले जातात. त्यातून सतत मिळणाऱ्या माहितीच्या आधारे त्याला आलेला थकवा, किंवा तब्येतीबद्दलची माहिती सुपरव्हायझरला दिली जाते. त्यानुसार बदली कामगारही सुचवला जातो. मशीनच्या संभाव्य बिघाडाबद्दल तसेच कामगाराच्या तब्येतीबद्दल आगाऊ सूचना दिल्यामुळे संभाव्य अपघात टाळता येतात. कामगाराच्या कुटुंबासाठी तसेच कारखान्यात सकारात्मक वातावरण जपण्यासाठी तंत्रज्ञानाने दिलेले हे एक मोठे योगदान आहे.

कच्च्या मालाच्या किमतीत सतत होणारे चढ-उतार अंतिम उत्पादित मालाच्या किंमत ठरवत असतात. त्यामुळे या बदलला सतत जुळवून घेऊन मालाचे उत्पादन, तसेच किंमत स्थिर ठेवावी लागत असते. काही आर्टिफिशिअल इंटेलिजन्स आधारित सॉफ्टवेअर्स, ज्यांचा कच्च्या मालाच्या किमतीवर परिणाम होऊ शकतो अशा कित्येक गोष्टींचा आपसातील संबंधांवरून, उपलब्ध माहितीवरून आगामी चढ-उतारांची शक्यता वर्तवतात. मुख्य म्हणजे, शक्यतेमागची कारणेसुद्धा सांगतात. यामुळे, अंतिम उत्पादनाच्या किमती साधारणपणे स्थिर ठेवण्यास मदत होते. बाजारातील स्पर्धेत टिकण्यासाठी हे खूप महत्त्वाचे आहे. वित्तीय क्षेत्रातील 'गार्टनर' या कंपनीच्या सर्वेक्षणानुसार ४० टक्क्यांपेक्षा जास्त कंपन्या कच्च्या तसेच तयार मालाच्या बाजारातील मागणीसाठी मशिन लर्निंग अल्गोरिदम्स वापरत आहेत. त्यामुळे कच्च्या

मालाची ठरावीक प्रमाणातील आवक व साठवण शक्य होते. कारखाना योग्य क्षमतेने चालवण्यासाठी हे फार गरजेचे असते. तसेच तयार मालाची योग्य व अपेक्षित प्रमाणातील साठवण शक्य होत आहे.

कोणत्याही कारखान्याची कार्यक्षमता जशी तिथल्या कामगारांच्या क्षमतेवर, तसेच ठरावीक काम करण्याच्या पद्धतीवर ठरते. त्याचप्रमाणे, तेथील मशिन्सची क्षमता तसेच प्रत्येक कामाच्या लागणाऱ्या वेळेवर ठरत असते. यासाठी, प्रत्येक मशीनच्या विविध भागाच्या कार्यक्षमतेवर तसेच कामाच्या प्रत्यक्ष प्रतीवर उत्पादनांची प्रत, त्याला बनवायला लागणार वेळ, खर्च, मशिनची देखभाल आदी अवलंबून असते.

इंटेलिजन्स आधारित अल्गोरिदम्सचा वापर करून टूलचा आकार, टूलच्या धातूचा प्रकार, मशिनमधील विविध मोटर्सच्या फिरण्याचा वेग, धातू कापण्याचा वेग, इतर विविध प्रक्रियांचा वेग आदी योग्यरीत्या ठरवता येतात, ज्यामुळे उत्पादित मालाच्या दर्जाची खात्री देता येते. यामधे जगातील बऱ्याच संशोधकांप्रमाणेच, मीसुद्धा मुंग्याच्या, तसेच पाण्यातील माशांच्या झुंडीचे गणिती रूपांतर केलेले अल्गोरिदम्स, तसेच समाजातील स्पर्धात्मक चढाओढी आधारित गणिती रूपांतर केलेले कोहर्ट इंटेलिजन्स अल्गोरिदम वापरून वर सांगितलेल्या सर्वांचा अंदाज ठरविण्यावर संशोधन केले. त्याचा उपयोग धातू, खर्च, कामगारांचा वेळ आदी वाचवण्यात तर झालेच पण उत्पादनाचा दर्जाही सुधारला. थोडक्यात, कारखान्यातील पर्यायाने देशातील संसाधनांचा कमीत कमी, काटेकोर व योग्य, उपयोग करणे आर्टिफिशिअल इंटेलिजन्समुळे शक्य होऊ लागले आहे. म्हणजे, वेळ, परिश्रम, पैसे, जमीन, विविध धातू आदींचा गरजेपुरताच वापर करून दर्जेदार उत्पादन घेता येणे शक्य होत आहे.

जगातील कित्येक विद्यापीठांत आर्टिफिशिअल इंटेलिजन्सचा वापर करून उत्पादन घेण्यासंदर्भातील प्रयोगशाळा उभारलेल्या आहेत. त्यांचे महत्त्वाचे योगदान त्या त्या देशाच्या प्रगतीत आहे. उदाहरणार्थ - सिंगापूरमधील नानयांग टेक्नॉलॉजीकल युनिव्हर्सिटीमध्ये विविध कंपन्यांनी त्यांच्या मोठ्या प्रयोगशाळा उभारलेल्या आहेत. कंपन्यांमधील अभियंते, तज्ज्ञ, युनिव्हर्सिटीमधील प्राध्यापक, विद्यार्थी आदी तेथे ठरावीक लक्ष्य निर्धारित करून अहोरात्र संशोधनात गुंतलेले दिसतात. आपल्याकडील विद्यापीठांत हे सहज शक्य आहे, कारण प्रगतिशील कंपन्या, तज्ज्ञ प्राध्यापक आणि हुशार व इच्छुक विद्यार्थ्यांची काही कमी नाही.

❖   ❖   ❖

१४

उत्पादनांच्या गुणवत्तेचे नियंत्रण

आजच्या काळात उत्पादन क्षेत्र तसेच त्यातील विविध प्रक्रियांमधील आर्टिफिशिअल इंटेलिजन्सच्या वाढत्या वापरामुळे कंपन्यांचा चेहरामोहरा वेगाने बदलत आहे. याला मुख्य कारण म्हणजे बाजारात टिकून राहण्याची स्पर्धा. ग्राहकाला जरी विकत घेतलेल्या वस्तूच्या उत्पादन पद्धतीशी घेणे-देणे नसले तरी त्या वस्तूच्या दिसण्यातील तसेच वापरातून पुढे येणारे दोष लगेचच लक्षात येतात. उत्पादन करणाऱ्या कंपनीसाठी बाजारातील स्पर्धेत टिकून राहण्याच्या दृष्टीने हे अत्यंत घातक ठरू शकते, कारण सदोष वस्तू ग्राहकापर्यंत पोहोचलेली असते. त्यामुळे गुणवत्तेची काटेकोर तपासणी अगदी कंपनीत आवक झालेल्या कच्च्या मालापासून ते तयार वस्तूच्या पॅकिंगपर्यंत केली जाते. मागील दशकातील डिजिटल क्रांतीमुळे डेटा किंवा माहिती साठवणे अधिक स्वस्त झाले आहे. त्याचा फायदा उत्पादन क्षेत्रात झाला आहे.

उत्पादन चालू असताना विविध टप्प्यांवर कॅमेरे मालाचे फोटो घेत असतात. मशिन लर्निंग अल्गोरिदम्स त्या फोटोतील उत्पादनाच्या गुणवत्तेचे अपेक्षित असलेल्या गुणवत्तेशी तुलना करतात. त्यावरून योग्य निष्कर्ष काढून त्या चालू उत्पादनावर पुढील प्रक्रिया करायची की नाही याचा निर्णय घेतात. त्यानुसार, टाकाऊ उत्पादनावरील पुढील प्रक्रिया वाचून पैशांची व वेळेची बचत होते मानवी सहभाग व हस्तक्षेप कमी होतो व अपेक्षित गुणवत्तेचे उत्पादन मिळण्यास मदत होते.

'अमेरिकन सोसायटी फॉर क्वालिटी' ने २०२१ मध्ये जाहीर केलेल्या सर्वेक्षणानुसार जगातील बहुतेक कंपन्यांचा उत्पादन मालाच्या गुणवत्तेच्या तपासणीचा खर्च साधारणपणे एकूण महसुलाच्या २० टक्क्यांच्या आसपास असतो.

मोठ्या कंपन्यांसाठी ही रक्कम कित्येक अब्ज रुपयांच्या घरात जाते. यामध्ये मानवी हस्तक्षेप असल्यास होणाऱ्या चुका व विलंब यामुळे हा खर्च पुढे अजून वाढतो. आजच्या स्पर्धेत हे जितके टाळता येईल तितके महत्त्वाचे आहे. त्यादृष्टीने आर्टिफिशिअल इंटेलिजन्सचा वापर गुणवत्ता जोपासण्यासाठी, नियंत्रणासाठी व वाढीसाठी प्रभावीपणे होताना दिसत आहे.

मशिन व्हिजन तंत्रज्ञानाने सुसज्ज कॅमेरे व त्यांच्या जोडीला इंटेलिजन्ट सॉफ्टवेअर्स वापरण्यात येऊ लागले आहेत. त्यामुळे गुणवत्ता तपासण्यात होणारा विलंब लक्षणीय प्रमाणात कमी झाला आहे. पारंपरिक मशिन व्हिजन पद्धतीत एखादी वस्तू ओळखणे शक्य होते. उदाहरणार्थ, कारखान्यातील बेल्टवरून येणारी एखादी वस्तू 'नट' आहे की 'बोल्ट' आहे, हे मशिन व्हिजन सॉफ्टवेअर्सच्या साहाय्याने साधारण आकार व रंग आदींवरून ओळखणे शक्य होत होते. परंतु त्यात प्रचंड मर्यादा आहेत, जसे वस्तू 'नट' किंवा 'बोल्ट' ओळखल्यावर त्यातील दोष

आयबीएमने बनवलेले 'आयबीएम वॉटसन' अल्ट्रासॉनिक पद्धतीने काम करणारे कॅमेरे वापरते. बेल्टवरून असेम्बलीकडे जाणाऱ्या सुट्या भागांचे फोटो घेऊन त्यांचे चांगले/खराब किंवा पास/फेल असे वर्गीकरण करते. त्याचबरोबर फेल केलेल्या सुट्या पार्टसमधील दोष, त्यांची जागा, संभाव्य कारणे आदींची माहितीसुद्धा देते. आयबीएम वॉटसन जगातील विविध इलेक्ट्रॉनिक्स, चिप्स, ऑटोमोबाईल कंपन्यांमधे वापरण्यात येते. हे सॉफ्टवेअर विविध पार्टसचा रंग, पोत, आकार, लांबी, रुंदी, जाडी, ओरखडे अशा एक-ना-अनेक बाबी अत्यंत कमी वेळेत तपासते. त्याचबरोबर, या सॉफ्टवेअरचा सुरुवातीचा शिकायचा वेळ खूपच कमी आहे आणि ते तपासणीचे काम करता करता शिकत जाते.

ओळखणे मशिन व्हिजन सॉफ्टवेअर्सच्या सहाय्याने शक्य नव्हते. अमेरिकेतील बोस्टनमधील 'न्यूरेला' या मशिन व्हिजन संदर्भातील इंटेलिजंट सॉफ्टवेअर्स बनविणाऱ्या कंपनीने विकसित केलेले डीप लर्निंग अल्गोरिदम्स कोणत्या प्रकारच्या उपयोगासाठी ठरावीक उत्पादित वस्तू वापरण्यात येणार आहे, त्याप्रमाणे त्यातील योग्यतेनुसार पास किंवा फेल ठरवते.

त्यासाठी या अल्गोरिदम्सना पास होणाऱ्या तसेच फेल होणाऱ्या वस्तूंचे फोटो वर्गवार पद्धतीने दिले जातात. त्यातील दोषांच्या प्रकारांनुसार व वैशिष्ट्यांनुसार, हे अल्गोरिदम्स स्वतःला प्रशिक्षित करून घेतात. पुढे हे प्रगल्भ झालेले अल्गोरिदम्स प्रत्यक्ष काम करताना मशिन व्हिजन कॅमेऱ्यांनी काढलेल्या वस्तूंची तपासणी अत्यंत जलद तसेच अचूकतेने करतात. मुख्य म्हणजे, त्यातील अचूकतेवरून, तसेच काही चुकांवरून स्वतःमध्ये सुधारणसुद्धा करतात. यामुळे, इंजिनिअर्सचा मोठा वेळ वाचतो व गुणवत्तेची विश्वासार्हतासुद्धा वाढते.

अमेरिकेच्या केंटकी राज्यातील व्ही-सॉफ्ट कंपनीच्या या संदर्भातील अभ्यासानुसार उत्पादित वस्तूंच्या तपासणीचा वेग व अचूकता आर्टिफिशिअल इंटेलिजन्समुळे २५ पटींहून अधिक आहे. ज्यामुळे जलद सुधारणा करून दोषविरहित किंवा कमीत कमी दोष असणारे उत्पादन शक्य होत आहे.

गुगलचे आर्टिफिशिअल इंटेलिजन्स आधारित क्लाऊड व्हिजुअल इन्स्पेक्शन

सॉफ्टवेअर सध्या जगातील अनेक मोठ्या कंपन्या वापरत आहेत. हे सॉफ्टवेअर डीप लर्निंग आधारे उत्पादनाच्या विविध टप्प्यांवर अगदी सूक्ष्म दोष शोधणे, त्यांची वर्गवारी करणे आदी अत्यंत वेगाने व अचूकतेने करते. आयफोन बनवणारी फॉक्सकॉन नावाची तैवानमधील कंपनीने या सॉफ्टवेअरचा वापर त्यांच्या ठरावीक आस्थापनांमधे सुरू केला आहे आणि लवकरच त्याचा उपयोग त्यांच्या बहुतेक सर्व कारखान्यांमध्ये सुरू होण्याची शक्यता आहे.

ऑस्ट्रियामधील बीएमडब्लू कंपनीने कार्यक्षमता, गुणवत्ता तसेच इंडस्ट्री-४.० साठी 'इन्स्पेक्टो' नावाच्या जर्मन-इस्रायली कंपनीने बनवलेले 'इन्स्पेक्टो एस७०' सॉफ्टवेअर वापरते. हे सॉफ्टवेअर मशिन लर्निंग आधारे अचूकतेने विविध प्रकारचे दोष शोधण्याचे काम करते. इन्स्पेक्टोचे संस्थापक हरेल बोरेन यांच्या मते 'इन्स्पेक्टो एस७०' स्वतःहून शिकते व गाड्यांच्या विविध भागांमधील संभाव्य दोष क्रमाक्रमाने कमी होण्यात मदत होत आहे. बीएमडब्लूमधील डिजिटलायझेशन विभागातील तज्ज्ञ डेविड बर्षर यांच्या मते गाडीच्या विविध भागांच्या तपासणीतील मानवी हस्तक्षेप जवळजवळ बंद झाला आहे व कार्यक्षमतेत लक्षणीय वाढही झाली आहे.

चीनमधील दानयांग शहर चष्म्यांचे लेन्स बनवण्यासाठी प्रसिद्ध आहे.

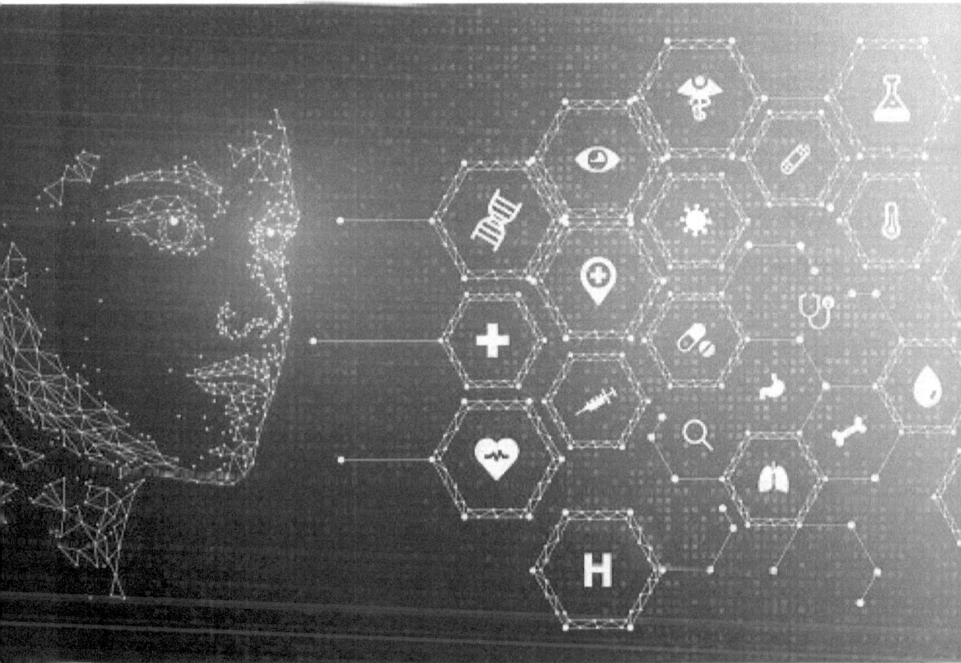

जगभरातील प्रमुख ब्रॅण्ड्सना लेन्स पुरवण्याचे काम येथील शेकडो कंपन्या करीत असतात. २०१७ सालापर्यंत या सर्व कंपन्यांमधे लेन्सची तपासणी करण्याचे काम मानवी पद्धतीने चालत असे. ज्यामधे, लेन्सचा ट्रे उचलून आणणे, एकेक लेन्स उचलून तिची विविध मानकांवर तपासणी करणे, पुन्हा लेन्स ठेवून, ट्रे जागेवर नेऊन ठेवणे, हे अत्यंत कंटाळवाणे काम तेथील कामगार करत असत. परंतु, रटाळवाण्या कामामुळे, चुकांचे प्रमाण वाढत तर होतेच, पण कामगारांना वाढीव भत्ता देणेसुद्धा भाग पडू लागले होते. त्यामुळे, तेथील सरकारने व कंपन्यांनी आर्टिफिशिअल इंटेलिजन्सचा आधार घ्यायचे ठरवले.

अमेरिकेतील स्टॅनफोर्ड युनिव्हर्सिटीतील आर्टिफिशिअल इंटेलिजन्स प्रयोगशाळेतील संशोधक केविन यांग व इतर सहकाऱ्यांनी स्थापन केलेल्या 'वलक्री' नावाच्या कंपनीने चीनमधील त्सिंगहुआ युनिव्हर्सिटीबरोबरच्या भागीदारीतून 'आर्टिफिशिअल न्यूरल नेटवर्क'आधारे लेन्सची गुणवत्ता तपासणारे सॉफ्टवेअर विकसित केले आहे. या सॉफ्टवेअरने सुसज्ज कॅमेरे व रोबोट्सच्या आधारे तपासणीचा वेग व अचूकता कित्येक पटीने वाढवली आहे. साहजिकच वाढीव

गुणवत्तेचा सकारात्मक परिणाम बाजारातील पत वाढण्यात झाला आहे.

जगातील कित्येक कंपन्यांनी केलेल्या मूल्यांकनानुसार इंटेलिजन्ट सॉफ्टवेअर्स, कॅमेरे आदींचा वापर गुणवत्ता तपासणीसाठी आणि महत्त्वाचे म्हणजे गुणवत्ता वाढीसाठी अत्यंत उपयुक्त ठरत आहेत. कोविड-१९ संक्रमण काळात तर त्याला फार महत्त्व प्राप्त झाले आहे. तपासणी करणाऱ्या कर्मचाऱ्यांची संख्या जाणीवपूर्वक कमी ठेवावी लागत आहे. त्यामुळे, कर्मचाऱ्यांची जागा इंटेलिजन्ट सॉफ्टवेअर्स आणि कॅमेरे घेत आहेत. यामुळे गुणवत्ता वाढीस लागून कंपन्यांना बाजारात टिकाव धरणे शक्य होत आहे. त्याचबरोबर अखेरीस ग्राहकांचा फायदा होत आहे. भारतासारख्या देशात लोकसंख्या जरी प्रचंड असली तरी कुशल मनुष्यबळाची कमतरता आहेच. परंतु आवक झालेल्या कच्च्या मालाची गुणवत्ता तपासणे, त्यावर होणारी पुढील प्रत्येक प्रक्रिया आणि शेवटी तयार होणाऱ्या उत्पादनाच्या गुणवत्तेची सर्वांगाने तपासणी अत्यंत महत्त्वाची असली तरी कर्मचाऱ्यांसाठी रटाळवाणीच असते. त्यातूनच दोषयुक्त उत्पादन पास होण्याची शक्यता वाढते, जे पुढे कंपनीच्याच मुळावर येऊ शकते.

स्थानिक किंवा जागतिक स्पर्धेत टिकायचे असल्यास इंटेलिजन्ट ऑटोमेशनला पर्याय नाही. भारतातील इन्फर्मेशन टेकनॉलॉजी क्षेत्रातील मनुष्यबळ व विद्यापीठांनी एकत्र येऊन बाजारात उपयुक्त होतील असे संशोधन करून इंटेलिजन्ट सॉफ्टवेअर्स तयार करणे शक्य आहे.

दागिने उद्योगाला तंत्रज्ञानाची चमक

दागिने बनविण्यात, वापरण्यात आणि निर्यात करणाऱ्या देशांत भारताचा नंबर खूप वरचा लागतो. यामध्ये साधारणपणे जगातील ३० टक्के भागीदारी भारताची आहे. विविध रत्ने व दागिन्यांच्या व्यापाराचा भारताच्या सकल राष्ट्रीय उत्पन्नातील वाटा साधारणपणे १५ टक्क्यांपर्यंत आहे. भारत सरकारच्या 'इंडिया ब्रँड इक्विटी फाउंडेशन' या भारतात बनणाऱ्या उत्पादनांचे आंतरराष्ट्रीय बाजारात वितरण व विक्रीसाठी प्रोत्साहन देणाऱ्या संस्थेच्या अहवालानुसार २०१९ सालातील जगातील सोन्याची मागणी ७०० टनांच्या आसपास होती. २०२० साली भारतातून साधारणपणे २२ हजार कोटी रुपयांच्या दागिने व विविध रत्नांची निर्यात झाली आहे. त्याचबरोबर १४ हजार कोटी रुपयांचे हिरे निर्यात केले गेले आहेत. जगभरातील दागिने खरेदी करण्याची पद्धत आणि उद्देश झपाट्याने बदलत आहे. आता दागिने उद्योग अशा स्तरावर किंवा उंचीवर पोचला आहे की पुढील प्रगतीसाठी मोठी उलथापालथ होण्याची गरज निर्माण झाली आहे. पूर्वी अडीनडीला उपयोगी पडेल म्हणून त्याचा पिढ्यांपिढ्या संचय करणे, श्रीमंतीचे प्रदर्शन करणे हा मूळ उद्देश होता, आता मात्र त्याकडे एक फॅशन म्हणून बघितले जात आहे. त्यामुळे विकत घेतलेले दागिने बदलून घेणे, हलक्या वजनाचे, नाजूक, विविध डिझाईन्सचे दागिने वापरणे, बदलत राहणे आदींकडे जगाबरोबरच भारताचा कलदेखील वाढतो आहे. दागिने खरेदी-विक्री ही एक विश्वासाची परंपरा आहे. या परंपरेला आता कृत्रिम बुद्धिमत्तेची चमक अचूकतेच्या रुपाने मिळू लागली आहे.

नवनवीन कंपन्या विविध संकल्पना घेऊन दागिने बनविणाऱ्या कंपन्या व सराफी पेढ्या बाजारात उतरत आहेत. त्यामुळे 3D प्रिंटिंग व कॉम्प्युटरचा वापर

करून डिझाईन्स बनवणे यामुळे बाजारात टिकून राहणे शक्य होत असतानाच, आता आर्टिफिशिअल इंटेलिजन्सचा वापर होऊ लागला आहे. आता ही जरी सुरवात असली तरी लवकरच त्याचा वापर मोठ्या प्रमाणावर आणि गरजेचा होणार आहे. २०२० सालापासून कोविडचे संकटाने जगातील जवळजवळ सर्व क्षेत्रांना प्रभावित केले आहे. लाखो लोकांच्या नोकऱ्याही गेलेल्या आहेत. पण याच संकटातून नवीन संधी सुद्धा उपलब्ध होत आहेत. दागिन्यांच्या व रत्नांच्या व्यापारात हे अधिक उठून दिसत आहे. दागिने खरेदी करताना त्यांना हात लावणे आणि ते घालून पाहणे हे काही नवीन नाही. परंतु कोविडमुळे सराफ व्यापारी तसेच ग्राहक हे टाळत आहेत. ग्राहकांचे दुकानात जाणेही कमी झाले आहे. त्यातूनच 'व्हर्चुअल रिअलिटी'चा उपयोग दागिने व रत्ने जवळून पाहण्यासाठी होत आहे. ग्राहक घरबसल्या फक्त व्हर्चुअल रिअलिटीयुक्त हेड सेट लावून प्रत्येक दागिना व डिझाईन्स अगदी जवळून पाहू शकतात. दुकानात कोठेही फिरू शकतात, प्रश्न विचारून सर्व माहिती करून घेऊ शकतात. तसेच व्हर्च्युअली

ग्राहक- सराफांसाठी विश्वासार्ह साधन

आर्टिफिशिअल इंटेलिजन्स आधारित मशिन लर्निंग सॉफ्टवेअर्सचा उपयोग विविध रत्नांचे फोटो घेऊन त्यांच्या आकाराचे मोजमाप घेण्यासाठी होत आहे. असे सॉफ्टवेअर्स रत्नांचे काठ व कड ओळखतात व त्यावरून त्यांचे विविध आकारांत वर्गीकरण करतात. त्याचप्रमाणे मशिन लर्निंग सॉफ्टवेअर्स रंग त्यातील छटा ओळखून त्यांच्या दर्जाचेसुद्धा वर्गीकरण करतात. त्यामुळे या कामातील वेळ तर वाचतोच; पण कामातील संभाव्य चूक टाळून दर्जा राखण्यास मोठी मदत होते. विशेष म्हणजे, बनावट रत्ने ओळखण्यास मशिन लर्निंग अल्गोरिदम्स आता वापरण्यात येत आहेत. ग्राहकांसाठी तसेच सराफांसाठी देखील हे एक विश्वासार्ह साधन ठरत आहे. मानवी चूक यातून पूर्णपणे टाळली जाऊन विश्वासार्हता वाढीस लागण्यास मदत होत आहे.

दागिने अंगावर घालूनसुद्धा पाहू शकतात. 'जेम्स अँड ज्वेलरी स्कील काउन्सिल ऑफ इंडिया', पर्सिस्टन्ट सिस्टीम्स आणि इंडियन इन्स्टिटयूट ऑफ टेकनॉलॉजी, मुंबई यांनी एकत्रितपणे दागिने उद्योग क्षेत्रातील विविध आव्हाने पेलण्यासाठी आर्टिफिशिअल इंटेलिजन्स आधारित तंत्रज्ञान विकसित करण्याच्या दृष्टीने आघाडी घेतली आहे. याचे सकारात्मक परिणाम नजीकच्या भविष्यात दिसू लागणे अपेक्षित आहे. कोईम्बतूरस्थित एमेराल्ड या विविध प्रकारचे दागिने बनवणाऱ्या कंपनीने आयबीएम या इन्फर्मेशन टेकनॉलॉजीमधील आघाडीच्या कंपनीच्या सहाय्याने आर्टिफिशिअल इंटेलिजन्स आधारित काम करणारे 'तेज' नावाचे मोबाईल ॲप बनवले आहे. त्यामुळे देशातील २०० पेक्षा अधिक सराफांना ग्राहकांच्या गरजेनुसार ५ लाखांहून अधिक डिझाईन्स असलेल्या यादीमधून निवडक डिझाईन्स उपलब्ध करून दिले जातात. यामुळे बहुमोल वेळ वाचतो.

बाजारातील स्पर्धेत टिकण्यासाठी नवनवीन डिझाईन्स बनवणे आवश्यक असते. दागिने बनवणारे कारागीर वेगवेगळ्या पद्धतीने विविध आकाराची व रंगाची बहुमोल रत्ने, हिरे, खडे हाताने एकमेकांच्या जवळ जोडून एका ठरावीक छोट्या भागात विविध प्रकारचे आकर्षक व सुंदर नमुने बनवत असतात. हे सर्व अत्यंत नाजूक, कठीण, वेळ घेणारे, तसेच दक्षतेचे काम असते. अनेक कॉम्प्युटर प्रोग्रॅम्स आजपर्यंत बनलेले आहेत ज्यामुळे हे काम जलद गतीने होऊ शकते. परंतु, विविध आकाराची व रंगाची बहुमोल रत्ने, हिरे, खडे फक्त जास्तीत जास्त प्रमाणात एका छोट्या जागेत बसवून सुंदर व आकर्षक नमुने बनतीलच असे नाही. त्यातच त्यांच्या एका सेटमधून लाखो प्रकारचे नमुने बनू शकतात. त्यातून निवडक योग्य नमुने शोधणे अत्यंत जिकिरीचे व वेळकाढूपणाचे असते. मायक्रोसॉफ्ट कंपनीतील संशोधकांनी असे नमुने बनवणारे आर्टिफिशिअल इंटेलिजन्स आधारित मशीन लर्निंग अल्गोरिदम बनवले आहे. या संशोधकांनी या बहुमोल रत्ने, हिरे, खडे आदींना छोट्या जागेत बसवण्याच्या प्रश्नाला किंवा प्रॉब्लेमला एका पॅकिंग प्रॉब्लेमचे स्वरूप दिले आहे. त्यासाठी त्यांनी फोटो स्वरूपात १०५ विविध प्रकारची रत्ने घेतली. त्यांचे आकार वेगवेगळ्या २० प्रकारांत विभागले होते. लटकन किंवा पेंडंटच्या छोट्या जागेत १०५ रत्नांतून ठरावीक रत्ने निवडणे व पॅक करणे जेणेकरून मोकळी जागा राहणार नाही, याचबरोबर मशिन लर्निंग अल्गोरिदम रत्नांचा सुंदर मिलाफ, प्रमाण, एकसंधपणा, समतोलपणा आदींचा देखील विचार करते. त्यासाठी, पहिले रत्न किंवा खडा पॅकिंग कंटेनरमधे ठेवल्यानंतर साधारणपणे त्याच आकाराचा दुसरा खडा अल्गोरिदम निवडते. असेच पुढे कंटेनरमधील खड्यांची संख्या वाढत गेल्यावर त्यांच्या साधारण सरासरी इतक्या आकाराचा पुढील खडा निवडते. त्याचबरोबर, कोणत्या

दिशेतील खड्यासमोर किंवा विरुद्ध दिशेला कोणत्या प्रकारचा खडा कोणत्या दिशेला बसवायचा जेणेकरून रंग व आकाराचा समतोल साधला जाईल याचा सुद्धा विचार अल्गोरिदम करते. यातून मशीन लर्निंग अल्गोरिदम एका पॅकिंग कंटेनरसाठी हजारो डिझाईन्स केवळ काही सेकंदात बनवून देते. त्यातील प्रमाणबद्ध असलेली किंवा एकसंधपणा, समतोलपणा साधलेली

डिझाईन्सच पुढे आणली जातात. मायक्रोसॉफ्टच्या प्राथमिक प्रयोगांच्या आधारे साधारणपणे ६० टक्के डिझाईन्स बाजारात आणली जाण्याच्या योग्यतेची आहेत. या तंत्रज्ञानामध्ये अजून संशोधन चालू आहे. परंतु या घडीला त्याचा उपयोग जयपूरमधील कित्येक कारागीर करत आहेत. त्यामुळे त्यांचा डिझाईन्स बनवण्यातील बहुमोल वेळ वेळ वाचत आहे, तसेच नवनवीन डिझाईन्स बनवून बाजारात आणली जात आहेत.

अन्न, दळणवळण व वाहतूक, मिलिटरी, आरोग्य या व अशा अनेक क्षेत्रांबरोबरच आता दागिने उद्योगातही आर्टिफिशिअल इंटेलिजन्समुळे मोठे परिवर्तन होऊ घातले आहे, हे नक्की. यामुळे नवीन प्रकारच्या नोकऱ्या व नवनवीन उद्योग सुरू करण्याच्या संधी उपलब्ध होणार आहेत. स्टार्टअप्सना तर ही एक उत्तम संधी आहे. अशा आर्टिफिशिअल इंटेलिजन्स आधारित प्रोजेक्ट्सना किंवा उद्योगांना खूपच कमी भांडवल लागते. इच्छाशक्ती व नवनवीन काही ना काही करत राहण्याची धडपड हेच खरे या क्षेत्रातील भांडवल व इंधन आहे. तरुण व होतकरू इन्फॉर्मेशन टेकनॉलॉजी तज्ज्ञांनी भरलेल्या आपल्या देशात याची अजिबात कमी नाही.

❖   ❖   ❖

शेतकऱ्यांचा वाटाड्या

'उत्तम शेती, मध्यम धंदा आणि कनिष्ठ नोकरी' हे आपण जाणतो आणि अनुभवतोसुद्धा. शेतकऱ्याला आपण अन्नदाता मानतो. त्याचे अपार कष्ट, मेहनत आणि सदैव भेडसावणारी अनिश्चितता सुद्धा आपण समजून घेऊ शकतो. जगभरातील सरकारे, कृषी संशोधक तसेच विविध संस्था शेतकऱ्याच्या कल्याणासाठी काम करत आहेत. कीटकनाशके, खते, विविध शेतकी अवजारे वगैरे बरीच संसाधने शेतीसाठी उपलब्ध असली तरी योग्य उत्पन्न आणि नफा मिळवण्यासाठी जंगलतोड आणि त्याचबरोबर पाण्याचा वापर वाढतच आहे. भारताच्या एकूण राष्ट्रीय उत्पन्नाचा १८ टक्के वाटा शेतीचा आहे. ५० टक्क्यांहून अधिक जनता शेतीवर अवलंबून आहे. संयुक्त राष्ट्र संघाच्या २०१७ मध्ये प्रकाशित झालेल्या अहवालानुसार जागतिक कृषी उत्पादनात गेल्या साठ ते सत्तर वर्षांत तिपटीने वाढ झाली आहे. त्याचप्रमाणे जागतिक लोकसंख्या तीन अब्जवरून सात अब्जवर पोचली असून २०५० पर्यंत ती नऊ अब्जपर्यंत पोचू शकेल. तसेच २०५० पर्यंत दोनतृतीयांश लोकसंख्या शहरी भागांत स्थलांतरित होईल. त्यामुळे शेतकरी आणि निगडित व्यवसायांवर मोठा भार पडणार आहे. त्यामुळे पाणी, जमीन, कीटकनाशके, खते आर्दींचा अत्यंत काटेकोर आणि अधिक कार्यक्षमतेने वापर केला गेला पाहिजे. तसेच तयार झालेले पीक व साठवलेले धान्य अधिकाधिक टिकले पाहिजे याचीही काळजी घेतली गेली पाहिजे.

कृत्रिम बुद्धिमत्ता ही एक ठोस तंत्रज्ञान म्हणून शेतीसाठी अत्यंत उपयुक्त ठरताना दिसत आहे. त्याचे दृश्य परिणाम पाश्चात्त्य किंवा विकसित देशात ठळकपणे दिसत आहेत. भारतात सुद्धा शेतीसंबंधी कृत्रिम बुद्धिमत्तेचा वापर मूळ धरतो आहे. ज्यामध्ये

कीटकांच्या प्रादुर्भावाचा, तसेच शेती उत्पन्नाचा तंतोतंत अंदाज बांधणे आदी उपयोग प्रामुख्याने होताना दिसत आहेत.

'मशिन लर्निंग' या कृत्रिम बुद्धिमत्तेच्या तंत्राचा वापर आज वाढतो आहे. ज्यामध्ये विविध फळे, फुले, बिया, जमीन, माती, पाणी, पिकांवरील कीड, त्यावरील उपाय, त्यांचे परिणाम, हवामान आदींची वर्गवारी केलेली असते. त्याची एक 'माहिती बँक' बनवली जाते. नवनवीन माहिती जशी मिळत जाते तशी ही वर्गवारी अद्ययावत केली जाते. याच माहिती बँकेचा उपयोग योग्य उपाय, सुचवण्यात तसेच शंकांचे निरसन करण्यासाठी होतो आहे. उदाहरणार्थ - शेतकऱ्याने उत्पादित केलेली फळे, भाज्या, तसेच धान्य यांचा फक्त मोबाईलवरून काढलेला फोटो वापरून त्यांची प्रतवारी व दर्जा ठरवण्यास मदत होते. 'मशिन लर्निंग'च्या माध्यमातून माहिती बँकेतून योग्य उत्तर शोधले जाते. त्याचबरोबर दर्जा वाढवण्यासाठीचे उपायसुद्धा सुचवले जातात, ज्यामध्ये किडींवरील उपाय, औषधे आदींचा समावेश असतो.

अकस्मात येणारा प्रचंड

रोपांची काळजी घेणारा 'टॉम'

इंग्लंडमधे शेतातील प्रत्येक रोपट्याच्या तपासणीसाठी 'टॉम' रोबोट बनवण्यात येतो आहे. हा छोटा रोबोट प्रत्येक रोपट्यापाशी जाऊन त्याच्या वाढीचा, किडीचा तपास घेऊन उपचार करू शकतो. मातीच्या गुणवत्तेनुसार व ओलाव्यानुसार गरजेपुरते खत, पोषकतत्त्वे व पाणीसुद्धा त्यांना देतो. तणाच्या जवळपास २५० हून अधिक जाती आहेत. प्रत्येक वर्षी त्यांच्यामुळे जगभरात हजारो कोटींचे नुकसान होत असते. मशिन लर्निंगच्या माध्यमातून अशा अनावश्यक तणांना व झाडांना ओळखून त्यांच्यावर औषधाचा वापर करणे, त्यांना उपटून टाकणे आदी सुद्धा आता हे रोबोट्स करत आहेत. हे काम मानवासाठी अत्यंत अवघड तसेच खर्चिक आहे. पण या रोबोट्समुळे तणनाशकांचा वापर ८० टक्क्यांनी झाला आहे. त्याचबरोबर कीटकनाशकांच्या वापराचे प्रमाण तसेच खतांचा कमीत कमी खर्च होऊन किफायतशीर उत्पादन मिळवण्यात मोठी मदत होणार आहे.

पाऊस, तसेच गंभीर दुष्काळ हा शेतकऱ्यांसाठी नेहमीच पेरणीच्या दृष्टीने एक आव्हान असते. त्यामुळे नशिबावर अवलंबून राहण्यावाचून पर्याय नसतो. परंतु आता मायक्रोसॉफ्टसारखी माहिती तंत्रज्ञान क्षेत्रातील कंपनी याबाबत आगाऊ माहिती देणारे मोबाईल ॲप्लिकेशन उपलब्ध करून देत आहे. मागील तीस वर्षांहून अधिक काळातील हवामानाच्या तसेच विविध किडींच्या प्रादुर्भावाच्या विश्लेषणावरून योग्य पेरणीचा काळ शेतकऱ्यांना सुचवला जातो. विशेष म्हणजे, याबाबत कित्येक प्रस्थापित कंपन्या व स्टार्टअप्स आघाडी घेत आहेत.

कॅनडातील एका शेतीसंबंधित कंपनीने बनवलेला रोबोट टोमॅटोच्या नुकत्याच उगवलेल्या रोपाच्या रंग, उंची आणि आकारावरून त्याच्या पूर्ण वाढीची वेळ व टोमॅटोच्या पिकण्याची वेळ सांगू शकतो. हे जितक्या जास्त पिकांसाठी शक्य होईल, तितके जास्त शेतकऱ्यांना, तसेच पुढे मालाची वाहतूक करणाऱ्यांना, दुकानदारांना आगाऊ नियोजन करणे शक्य होईल. शेतकऱ्यांना योग्य बाजाराची आणि ग्राहकांसाठी उत्तम दर्जाच्या ताज्या भाजीपाल्याची उपलब्धता यांचा योग्य ताळमेळ घालणाऱ्या अनेक कंपन्या पुढे येत आहेत. ठरावीक प्रदेशातील ग्राहकांच्या खाण्यापिण्याच्या विशिष्ट सवयींचा कृत्रिम बुद्धिमत्तेसाठी वापर करून, जवळच्या शेतकऱ्यांकडून संबंधित भाजीपाला व धान्य थेट ग्राहकांपर्यंत पोचवण्यात येत आहे. यामुळे शेतकऱ्यांसाठी बाजारातील अनिश्चितता कमी होण्यास मदत होते. यातूनच मागणी आणि पुरवठा यातील अंतर कमी होण्यास मदत होते.

मधमाश्या परागीकरणासाठी महत्त्वाचे माध्यम असतात. गेल्या काही वर्षांत त्यांचे प्रमाण कमी होत आहे. त्याचा थेट परिणाम फळे व फळभाज्यांच्या उत्पन्नावर होतो आहे. ऑस्ट्रेलियासारख्या देशात हरितगृहातील टोमॅटोचे वार्षिक उत्पन्न शेकडो अब्ज रुपयांचे आहे. तेथे मधमाश्यांची प्रचंड कमतरता असल्याने प्रत्येक फुलाची तपासणी करून हाताने परागीकरण करावे लागते. याचा खर्च अर्थातच एका हेक्टर मागे प्रचंड असतो. इस्राईलच्या एका कंपनीने मधमाशीच्या आकाराचे कृत्रिम बुद्धिमत्तेने सुसज्ज रोबोट्स बनवले आहेत. हे अत्यंत छोटे रोबोट्स एका ठरावीक पद्धतीत उडून प्रत्येक फूल शोधतात, परागीकरांसाठी तयार असलेल्या फुलांजवळ खऱ्या कीटकांप्रमाणे घोंघावतात व परागीकरण घडवून आणतात. हे उडणारे रोबोट्स कमीत कमी ऊर्जा खर्च व्हावी व जास्तीत जास्त परागीकरण व्हावे असा मार्ग निवडतात. जगभरात हरितगृहे वाढण्याचा वेग स्थिर पण पाच टक्क्यांवर पोचतो आहे. त्यामुळे या उडणाऱ्या रोबोट मधमाश्यांचा वापर सुद्धा वाढणार हे नक्की. ड्रोन्स व उपग्रहांचा वापर करून शेतांची

छायाचित्रे घेण्यात येतात व त्यांच्या रंग संगती आणि विविध छटांचे विश्लेषण केले जाते, त्यानुसार त्यातील मातीचा कस, तसेच पिकांवरील रोगाचा तसेच टोळधाडीचा अंदाज बांधला जातो. त्याचा शेतकऱ्याला शेताच्या कोणत्या ठरावीक भागावर विशिष्ट खत वापरायचे, विशिष्ट कीटकनाशकाचा वापर करायचा हे ठरवता येते. यामुळे खत आणि कीटकनाशकावरील खर्च ४० टक्क्यांनी कमी होतो आहे.

इस्राईलसारख्या एकेकाळी दुष्काळी असलेल्या देशाने आधुनिक शेतीमधे आधीच मोठी आघाडी घेतली आहे. थोडक्यात सांगायचे झाले तर कृत्रिम बुद्धिमत्तेशी संबंधित विविध तंत्रांचा वापर करून शेतीशी निगडित संसाधनांचा अधिक कार्यक्षमतेने उपयोग करता येऊ लागला आहे. ज्यामधे शेती उत्पन्न वाढवणे, खत तसेच औषधांवरील खर्च कमी करणे, जमिनीचा कस वाढवणे आदी शक्य होत आहे. कमीत कमी संसाधनांचा वापर करून जास्तीत जास्त दर्जेदार व गुणवत्ता असणारे परिणाम व उत्पन्न मिळवणे शेतीमध्ये कृत्रिम बुद्धिमत्तेने शक्य होत आहे. कीटकनाशके, औषधे, खते, पाणी, जमीन, मानवी कष्ट आदींचा कमीत कमी वापर करून जास्तीत जास्त व दर्जेदार शेतकी उत्पन्न मिळवता येण्याच्या दृष्टीने विश्वासात्मक पाऊल पुढे पडत आहे. देशविदेशांतील कंपन्या व विद्यापीठे यांनी एकत्र येऊन संशोधन केल्यास ते थेट मानवी जीवनावर व पर्यावरणावर सकारात्मक परिणाम करणारे असेल हे मात्र नक्की.

❖   ❖   ❖

१७

अन्नप्रकिया-अन्नसुरक्षा क्षेत्राची नवी आशा

जगभरातील प्रत्येक नागरिकाला परवडणाऱ्या दरात, दर्जेदार अन्न पुरवठा करणे हे त्या देशातील सरकारचे प्रमुख कर्तव्य असते. संयुक्त राष्ट्र संघाच्या अहवालानुसार २०५० पर्यंत जगाची लोकसंख्या ९०० कोटींच्या पुढे जाईल. त्यांना अन्न पुरवठा करण्यासाठी सध्याच्या अन्न उत्पादनात कमीत कमी ७० टक्क्यांनी वाढ झाली पाहिजे. इंग्लंडमधील इन्स्टिटयूट ऑफ मेकॅनिकल इंजिनिअर्सच्या सर्वेक्षणानुसार प्रत्येक वर्षी जगातील अध्र्याच्या आसपास अन्न वाया जाते. त्या दृष्टीने शेती मालाचे गरजेपुरते व वाजवी दरात उत्पन्न, त्यावरील इतर प्रक्रिया, वाहतूक व पुरवठा साखळी यांची कार्यक्षमता वाढवून साठवण्याच्या जागेचा कमीत कमी वापर, तसेच कमीत कमी अपव्यय अशा अनेक बाबींचा विचार करावा लागणार आहे. ग्राहकांच्या मागणीनुसार बाजारात सतत होणारे बदल व त्यानुसार स्पर्धेत टिकून राहण्याची धडपड यामुळे अन्न व पेयजल संबंधित उद्योग आर्टिफिशिअल इंटेलिजन्सच्या वापराकडे वळतो आहे.

अमेरिकेतील मॉर्डर इंटेलिजन्स या मार्केट सर्वेक्षण करणाऱ्या एका संस्थेच्या अहवालानुसार अन्न व पेयजलासाठी आर्टिफिशिअल इंटेलिजन्स संबधित गुंतवणूक २०२० सालापर्यंत २० अब्ज रुपयांच्या आसपास आहे. यानुसार २०२६ पर्यंत ही गुंतवणूक २१०० अब्ज रुपयांपर्यंत वाढण्याची शक्यता आहे. गेल्या काही वर्षात आर्टिफिशिअल इंटेलिजन्सचा उपयोग हवामानाचा अंदाज बांधण्यासाठी होतो आहेच. त्याचा अप्रत्यक्ष उपयोग कोणते पीक घ्यायचे, बियाणे किती व कोणते वापरायचे यात होतो. यातूनच शेतीमालाचा दर्जाही राखण्यात व सुधारण्यात मदत होत असते. परंतु पुढील प्रक्रियेत दर्जानुसार वर्गीकरण, साठवण्यातील, वितरणातील तसेच रेस्टॉरंटमधील स्वच्छता,

नवनवीन रेसिपी आदींमधेही आता आर्टिफिशिअल इंटेलिजन्सचा वापर वाढतो आहे.

अन्न प्रक्रियेत कच्च्या मालाचे वर्गीकरण अत्यंत महत्त्वाचे असते. प्रत्येक भाजी, फळ वेगळे असते, तसेच प्रत्येक प्रकारच्या भाजीच्या व फळाच्या आकार व रंगानुसार त्यांचे वर्गीकरण करणे फार महत्त्वाचे असते. या कामासाठी प्रचंड तसेच कंटाळवाणी मानवी मेहनत लागते. परंतु आता अन्न सुरक्षा तसेच अन्नाच्या गुणवत्तेची हमी देण्यासाठी मशिन लर्निंग आणि मशिन व्हिजन म्हणजे फोटो किंवा व्हिडिओ विश्लेषण या आर्टिफिशिअल इंटेलिजन्सच्या तंत्रांचा वापर दिवसागणिक वाढतो आहे. या तंत्रांचा वापर नॉर्वेस्थित 'टॉमरा' ही कंपनी शेतातील मालाचे, जसे भाज्या, फळे, वगैरे यांचे वर्गीकरण 'चांगले आणि वाईट' असे करण्यापेक्षा 'उत्तम', 'बरे' आणि 'फेकून देण्याच्या दर्जाचे' असे करते. त्यासाठी कित्येक सेन्सर्सची मदत घेतली जाते, ज्यामुळे अगदी अणू-रेणूंची संरचना, आकार, रंग, पृष्ठभागाचा पोत आदींवरून शेतीमालाचे वर्गीकरण केले जाते. त्यातरून पुढच्या अन्न उत्पादन

ग्राहकांसाठी अन्नाचा दर्जा व स्वच्छता आता प्राथमिकता झालेली आहे. जसा हॉटेलमधील उपाहारगृहातील टेबल, डिशेस आदी स्वच्छ असावे लागते, तसेच तेथील किचनसुद्धा स्वच्छ असावे लागते. त्याचा विचार करून, शांघायमधील महापालिकेच्या आरोग्य विभागाने २०० हून अधिक हॉटेल्सच्या किचनमधे कॅमेरे बसवलेले आहेत. इंटेलिजन्ट सॉफ्टवेअर या कॅमेऱ्यांनी रेकॉर्ड केलेल्या व्हिडिओचे ठरवून दिलेल्या स्वच्छतेच्या मानकांचा आधारे विश्लेषण करत असतात. त्याप्रमाणे हॉटेल व्यवस्थापकाला तसेच महापालिकेतील आरोग्य अधिकाऱ्याला योग्य सूचना दिल्या जातात. मानकांमध्ये अन्न हाताळणाऱ्या कर्मचाऱ्यांनी मास्क लावणे, हातमोजे घालणे, डोक्यावर विशिष्ट प्रकारची टोपी असणे आदींचा समावेश होतो. लवकरच असे इंटेलिजन्ट सॉफ्टवेअरने सुसज्ज कॅमेरे शांघायमधील सर्व म्हणजे २००० पेक्षा जास्त हॉटेल्समध्ये बसवले जाणार आहेत. यामुळे ग्राहकाला अन्नाच्या स्वच्छतेची खात्री देता येऊ शकते.

कारखान्यांकडे वर्गीकरण झालेला शेतीमाल पाठवण्यात येतो. जसे, फ्रेंच फ्राईज बनवण्यासाठी ज्या प्रतीचा बटाटा लागतो, त्यापेक्षा कमी प्रतीचा पोटॅटो वेजेस किंवा चिप्स बनवण्यास लागतो. त्यातसुद्धा विविध कंपन्यांच्या ग्राहकांच्या स्तरानुसार पुढील वर्गीकरण केले जाते. या पद्धतीमुळे ५-१० टक्के म्हणजे जवळपास २५००० ट्रक्स इतका बटाटा वाचवला जातो, जो अन्यथा केवळ वाईट म्हणून फेकून दिला असता. याच प्रकारे इतर सर्व फळे आणि भाज्यांच्या बाबतीत प्रचंड बचत करता येते. जपानमधील क्युपाई नावाची कंपनी याच प्रकारे शेतातील कच्च्या मालाचे वर्गीकरण करते, ज्याची अचूकता जवळजवळ १०० टक्के आहे.

ॲमेझॉनसारखी वितरण क्षेत्रातील आघाडीची कंपनी आर्टिफिशिअल इंटेलिजन्सचा वापर त्रुटी असलेले खाद्य पदार्थ ग्राहकापर्यंत पोचण्याआधीच थांबवते. त्यासाठी मशिन लर्निंगच्या तसेच इतर अल्गोरिदम्सच्या माध्यमातून दररोज ग्राहकांचे लक्षावधी ई-मेल्स, फोन कॉल्स, समाज माध्यमांमधील मत व अभिप्राय यांचा अर्थ लावला जातो. त्यावरून एखाद्या खाद्य पदार्थामधील संभाव्य दोष शोधला जातो. त्यामुळे सदोष पदार्थांमुळे ग्राहकाचा संभाव्य मनस्ताप टाळण्यास मदत तर होतेच, पण त्याचबरोबर मूळ उत्पादकाला सुद्धा उत्तम दर्जाचे खाद्य पदार्थ बनवावे लागतात. यातून पुरवठा साखळीतील प्रत्येकाचा फायदाच होतो. मुख्य म्हणजे वितरित झालेले पदार्थ उत्पादकाला परत करणे, पुन्हा नवीन येण्याची वाट पाहणे, वगैरे यामुळे कमी होत आहे.

प्रत्येक खाद्य पदार्थ बनवणाऱ्या कंपनीला बाजारात टिकून राहण्यासाठी नवनवीन उत्पादने बाजारात लागत असतात. त्यासाठी कंपन्या विविध स्तरांवर सर्वेक्षणे करत असतात. पेयजल क्षेत्रातील कोका-कोला ही कंपनी जवळपास ३५०० प्रकारची पेय बनवते. परंतु आता ही कंपनी ग्राहकांची नवी पसंती शोधण्यासाठी आर्टिफिशिअल इंटेलिजन्सचा वापर करते आहे.

अमेरिकेतील विविध ठिकाणी त्यांनी कोका-कोला विविध पेयांचे डिस्पेन्सर बसवलेले आहेत. त्याला फाऊंटन्स असे देखील म्हणतात. ग्राहकांना कोणतीही पेये एकत्र करून पिण्याची मुभा असते. कंपनीच्या आर्टिफिशिअल इंटेलिजन्स आधारित सॉफ्टवेॅरमुळे कोणती पेये एकत्र करून पिण्याकडे ग्राहकांचा कल अधिक आहे हे शोधून नवनवीन प्रकारचे पेय कोका-कोला बाजारात आणत आहे. कोका-कोलाचे २०१९ मधील चेरी-स्प्राईट हे लोकप्रिय पेय असेच एक उत्तम उदाहरण आहे.

कच्च्या शेतमालाचे पुढील प्रक्रियेकरिता वेळेत वितरण करणे जेवढे महत्त्वाचे आहे, तितकेच घरात बसून ठरावीक अन्नाची ऑर्डर करणाऱ्या ग्राहकापर्यंत वेळेत

व ताजे अन्न मिळाले पाहिजे याची काळजी स्विगी, झोमॅटो आदींसारख्या कंपन्या मशिन लर्निंगच्या माध्यमातून करीत असतात. ग्राहकाच्या स्थानावरून किंवा घराच्या पत्त्यावरून जवळच्या तसेच इतर ग्राहकांच्या चवीच्या व किमतीच्या पसंतीला उतरलेल्या रेस्टॉरंट्सची यादी ग्राहकाला दिली जाते. यावरून ग्राहकाला उत्तम अन्न मिळण्यास मदत होते. तसेच, अन्न ऑर्डर केल्यावर, रेस्टोरंट व घराचा पत्ता यातील अंतर, रस्त्यावरील वाहतूक, नजीकच्या परिसरातील इतर ग्राहकांच्या ऑर्डर आदींचा अंदाज घेऊन वितरण करणाऱ्या बॉयकडे जबाबदारी सोपवली जाते व ग्राहकाला देखील बॉयचे नाव, अन्न बनवायला व पोचायला लागणार साधारण वेळ आदींची माहिती दिली जाते.

ग्राहकांना अन्नाचे वितरण झाल्यानंतर काही वेळाने त्यांचा अन्नाचा दर्जा, अन्न पोचण्यास लागलेली वेळ, स्वच्छता आदींबद्दल अभिप्राय घेतला जातो. या सर्व माहितीचे इंटेलिजन्ट अल्गोरिदम्स विश्लेषण करतात व त्यावरून पुढील ग्राहकाला दिली जाणारी रेस्टॉरंट्सची यादी अद्ययावत केली जाते.

अन्न वाया घालवू नये असे आपले पूर्वजही सांगत होते व आपणही त्याच दृष्टीने प्रयत्न करत असतो. परंतु रेस्टॉरंट्समधील वाया जाणाऱ्या अन्नाचे प्रमाण अजूनही प्रचंड आहे. हा एक मोठा आर्थिक व सामाजिक विषय तसेच समस्या आहे. 'विननाऊ' या इंग्लंडमधील कंपनीने यात मोठी आघाडी घेतली आहे. त्यांनी तयार केलेले उपकरण

रेस्टॉरंटमधील कचऱ्याच्या डब्यावर बसवतात. हे उपकरण वाया गेलेल्या अन्नाचे फोटो घेते व मशिन लर्निंग आणि मशिन व्हिजनचा वापर करून त्यातील घटक पदार्थ ओळखते. दिवसाच्या शेवटी कोणते व किती पदार्थ बनवले गेले आणि किती वाया गेले हे सांगते. त्याचबरोबर हे इंटरनेटला जोडले असल्यामुळे, प्रत्येक घटक पदार्थांच्या किमतीं शोधून त्याचाही लेखाजोखा मांडते. यावरून रेस्टॉरंटमधील अन्नाच्या अपव्ययाचा अंदाज व्यवस्थापनाला येऊ शकतो व अन्नाची नासाडी थांबवता येऊ शकते.

दुबईमधील 'इमार हॉस्पिटॅलिटी' कंपनी याचा वापर त्यांच्या रेस्टॉरंट्समध्ये करते आहे. त्यांच्या दाव्यानुसार एका वर्षात वाया जाणारे अन्न ७० टक्क्यांहून कमी झाले आहे, ज्याची किंमत कित्येक कोटी रुपयांच्या घरात आहे. जगातील प्रत्येकी नऊ माणसांपैकी एक माणूस रोज उपाशी राहत असेल तर ही बचत येणाऱ्या भविष्यात फार महत्त्वाची ठरणार आहे.

थोडक्यात सांगायचे झाले तर, भाज्या, धान्ये, फळे, आदींचे शेतात उत्पन्न निघाल्यापासून ते ग्राहकाच्या ताटापर्यंत सर्वच टप्प्यांवर आर्टिफिशिअल इंटेलिजन्सचा वापर आता होतो आहे. त्याचबरोबर, आता कोरोनासारख्या महामारीचा धोका जवळजवळ सर्व देशांतील प्रत्येक गावात पोचला आहे. त्यामुळे ग्राहकांच्या अन्नाबाबत स्वच्छता व दर्जा याबद्दल वाढलेल्या अपेक्षा पाहता कमीत कमी मानवी संपर्क व जास्तीत जास्त आर्टिफिशिअल इंटेलिजन्सचा वापर अनिवार्य होतो आहे. हे सत्य जेवढे लवकर स्वीकारता येईल तेवढे बरे.

शिक्षण आणि अन्य क्षेत्रे

आज आर्टिफिशिअल इंटेलिजन्स ही संकल्पना नवीन राहिलेली नाही. कित्येक क्षेत्रांत त्याचा यशस्वी वापर होत आहे. उदाहरणार्थ - मिलिटरी, उत्पादन क्षेत्र, वैद्यकीय सेवा, दूरध्वनी, आर्थिक व्यवस्थापन, आदी क्षेत्रांत याचा कित्येक पातळ्यांवर वापर होतो आहे. जसा प्राणी आणि कीटकांच्या नैसर्गिक बुद्धिमत्तेचे गणिती व कॉम्प्युटर कोडमध्ये रूपांतर आर्टिफिशिअल इंटेलिजन्ससाठी केला जातो, तसाच पक्षीय राजकारण, निवडणुका, दोन देशांमधील स्पर्धा, कुटुंबांमधील वैचारिक देवाणघेवाण व स्पर्धा इत्यादी मानवी समाजातील विविध व्यवस्थांमधील बुद्धिमत्तेचाही वापर केला जात आहे. या प्रत्येक व्यवस्थांची एक नियमबद्ध चौकट असते, ते नियम मार्गदर्शक म्हणून वापरून या व्यवस्थांमधील विविध घटकांचे गणिती व कॉम्प्युटर कोड किंवा एजंट्समध्ये रूपांतर करायचे असते. हे नियमबद्ध चौकटीत काम करणारे एजंट्स जटिल समस्या सोडवत असतात. शिक्षण क्षेत्रातील अनेक समस्या सोडविण्यासाठी कृत्रिम बुद्धिमत्तेचा वापर लोकप्रिय होऊ लागला आहे.

शिक्षणाला अनुभवाची जोड

शिक्षण पद्धती ही समाजातील ज्ञान देण्याची आणि मिळवण्याची एक व्यवस्था आहे. ज्यामध्ये शिक्षकाने शिकवणे आणि विद्यार्थ्यांनी शिकणे किंवा आत्मसात करणे हा एक प्रकार असतो. तसेच प्रात्यक्षिकाद्वारे शिकवणे आणि शिकणे हा एक प्रकार असतो. या दोन्हींचे योग्य मिश्रण हा एक उत्तम पर्याय आजपर्यंत मानण्यात येतो आहे. या पद्धतीतून यशस्वी झालेल्यांची अनेक उदाहरणे आपल्या समाजात पाहता येतील. दुसऱ्या शब्दांत सांगायचे झाले, तर पुस्तकी शिकवण्याला आणि शिकण्याला प्रत्यक्ष अनुभवाची जोड लाभली तर कित्येक संकल्पना व त्यांचे विविध पैलू समजणे, समजावणे तसेच मांडणे सोपे होते. सध्याची शिक्षण पद्धती विविध प्रयोग करून कमी-अधिक प्रमाणात याच रचनेचा वापर करते आहे.

शिक्षण जर वर्गातील शिक्षकाशिवाय समजून घेणे शक्य झाले तर? किंवा पारंपरिक वर्गातील शिक्षकाचा सहभाग कमी केला तर? हा प्रयोग बऱ्याच अंशी डॉ. सुगाता मित्रा यांनी यशस्वी करून दाखवला आहे. त्यांनी या प्रयोगाला 'होल इन द वॉल' असे नाव दिले आहे. प्राथमिक प्रयोगांमध्ये त्यांनी काही कॉम्प्युटर्स दिल्लीमधील एका झोपडपट्टीत बसवले आणि निरीक्षणासाठी काही कॅमेरे बसवले. तेथील मुलांना कॉम्प्युटर्स हाताळण्याची पूर्ण मुभा देण्यात आली होती. विशेष म्हणजे तेथे कोणी संबंधित शिक्षक नव्हता. दोन आठवड्यांच्या निरीक्षणांतून असे दिसून आले की ज्या मुलांनी कॉम्प्युटर क्वचितच कधी हाताळला असेल, त्या मुलांनी कॉम्प्युटर चालू/बंद करणे, एम एस वर्डमध्ये टायपिंग करून ते सेव्ह करून ठेवणे, इंटरनेटवर सर्च करणे आदी गोष्टी एकमेकांकडून शिकल्या आणि शिकवल्या. हे शक्य झाले कुतूहल, जिज्ञासा, उत्सुकता,

चौकसपणा, चढाओढ या नैसर्गिक गुणधर्मांमुळे. एखादी संकल्पना/ गोष्ट शिकायची असेल तर त्यामागे हे गुण सर्वसाधारणपणे असतातच.

मी शिक्षक नसलेल्या सोशल विद्यार्थ्यांच्या देवाणघेवाणीचे व सर्वोत्तम बनण्याच्या नैसर्गिक चढाओढीच्या प्रवृत्तीचे पुण्यातील २०१३ मध्ये एमआयटी कॉलेजमधे अध्यापन व संशोधन करत असताना गणिती रूपांतर करण्याचे काम सुरू केले व कॉम्प्युटर अल्गोरिदमच्या स्वरूपात मांडणी केली. त्याला 'कोहर्ट इंटेलिजन्स' असे नाव दिले. पुढे कॅनडातील युनिव्हर्सिटी ऑफ विंडसर येथे हा अल्गोरिदम वापरून वैद्यकीय, वाहतूक क्षेत्रांमधे यशस्वी वापर केला. आतापर्यंत रहदारीच्या पुलांची बांधणी, विविध उत्पादन व निर्माणाच्या पद्धती, बॉयलरस्, पॅकिंग, डेटा संरक्षण, रोबोटिक्स आदी क्षेत्रातील क्लिष्ट समस्या यशस्वीरीत्या सोडवण्यात आल्या आहेत. हे सर्व काम अनेक प्रतिष्ठित आंतरराष्ट्रीय नियतकालिकांत तसेच पुस्तक स्वरूपात प्रसिद्ध झालेले आहेत. कोहर्ट म्हणजे सोशल विद्यार्थ्यांचा समूह, ज्यामध्ये सर्वांना एकच काम नेमून दिले जाते. ते त्यातील प्रत्येकाने इतर प्रत्येकाशी

सामूहिक भावनेतून प्रगल्भतेचा प्रयोग

मी लहान मुलांच्या खेळाच्या मैदानावर माझ्या दीड वर्षांच्या मुलाला घेऊन जात असे. तेथील सर्व मुलं जवळपास त्याच वयाची होती. त्यातील काही त्यांच्या वयानुसार व्यवस्थित बोलू शकत होती तर काही मुलं थोडी मागे होती. पण ती सर्व एकमेकांत मिसळत होती. त्यामध्ये कोणीच लीडर नव्हता. पण कोणीतरी वेगळं काहीतरी करतोय तर त्याकडे बघून तसे करायचा प्रयत्न मात्र प्रत्येकामध्ये दिसत होता. मी हे सर्व तीन-चार आठवडे पाहत होतो. तसेच काही नोंदी घेत होतो. मी बऱ्याच मुलांमध्ये बदल पाहिला. काही मुलं जी कमी बोलत होती, ती मुलं बरंच आणि स्पष्ट बोलू लागली होती. पालक घरात ज्या कित्येक गोष्टी शिकवतात; पण काही मुलं शिकत नाहीत, ते आता शिकू लागली होती. समवयस्कांमधील विचारांची देवाणघेवाण व त्यातून सर्वोत्तम बनण्यासाठीची नैसर्गिक चढाओढीची प्रवृत्ती. या दोन्ही कारणांच्या मुळाशी जिज्ञासा व उत्सुकता असते. असे प्रत्येकच विद्यार्थी करत असतो. यातूनच पुढे समाजाची प्रगल्भता वाढत असते. अशा प्रयोगातील अल्गोरिदमचा शिक्षणासाठी उपयोग होतो.

संवाद साधून अधिक चांगले काम करायचा प्रयत्न करायचा असतो. या प्रत्येक विद्यार्थ्याचे कॉम्प्युटर कोड किंवा एजंट्समध्ये रूपांतर केले जाते. जसा प्रत्येक विद्यार्थी त्याच्या चांगल्या-वाईट गुणांमुळे ओळखला जातो तसाच प्रत्येक कॉम्प्युटर एजंटसुद्धा त्याच्या उत्तराच्या गुणवत्तेमुळे ओळखला जातो. जेवढे उत्तर चांगले तेवढा त्याच्या सारखे काम करण्यासाठी आकृष्ट होणाऱ्या एजंट्सची संख्या वाढत जाते. प्रत्येक एजंट हे करत असल्यामुळे कालांतराने सर्वच एजंट्स सर्वोत्तम होण्याकडे चढाओढ करताना दिसतात. त्यातूनच दिलेल्या कामाचे उत्तम आणि सर्वोत्तम उत्तर मिळत जाते. या कोहर्ट इंटेलिजन्सच्या सर्व प्रयोगांमध्ये कित्येक महत्त्वपूर्ण नोंदी घेण्यात आल्या. त्यातील प्रमुख निरीक्षण आपल्या समाजात सुद्धा पाहता येते. प्रत्येक एजंट कोणाला तरी अनुसरून काम करायचा प्रयत्न करत असतो. काही वेळा असे दिसून आले आहे की कोणाला तरी अनुसरून स्वतःचे काम करताना अधिक चांगले उत्तर मिळत नाही. त्यामुळे एजंट इतरांचे अनुकरण करायचा प्रयत्न करू लागतो. म्हणजे स्वतःची उत्तर शोधायची दिशा बदलतो. दिशा बदलल्याने नवनवीन पर्याय समोर येत जातात. त्यातूनच एखादा एजंट इतरांपेक्षा अधिक चांगले उत्तर मिळवतो. तेव्हा इतर एजंट्स त्याला अनुसरायची शक्यता वाढते. याच पद्धतीने सर्व एजंट्स एकत्रितपणे पुन्हा आधीच्या उत्तरांपेक्षा चांगले उत्तर शोधतात. यातून सर्वोत्तम उत्तराकडे पोचता येते. हे आपण समाजात सुद्धा पाहतो, जेथे एखाद्याचा सल्ला वापरून किंवा अनुसरून फायदा न झाल्यामुळे आपण आपल्या विचाराची दिशा बदलतो. दिशा बदलल्याने नवनवीन पर्याय समोर येत जातात. त्यातूनच इतरांपेक्षा अधिक चांगले उत्तर मिळवण्याची शक्यता वाढते. तेव्हा समाजातील इतर सुद्धा त्याला अनुसरायची शक्यता वाढते. याच पद्धतीने सर्व समाज एकत्रितपणे प्रगती करत असतो. सध्या कोहर्ट इंटेलिजन्सचे दिव्यांग व्यक्तींच्या व्यायामाशी संबंधित संशोधन सिम्बायोसिस आंतरराष्ट्रीय विद्यापीठात चालू असून, विविध पैलूंवरील मूलभूत संशोधन जगभरातील विविध विद्यापीठांत चालू आहे.

त्याचबरोबर विविध अल्गोरिदम्स वापरून आर्टिफिशिअल इंटेलिएजन्सचे शिक्षण क्षेत्रात अनेक प्रयोग चालू आहेत. यशस्वी संकल्पना उपयोगातही आणल्या जात आहेत. एखाद्या कोर्ससाठी इच्छुक विद्यार्थ्यांच्या शैक्षणिक दर्जाचे सर्वसाधारण मूल्यमापन करून प्रवेशासाठी प्रश्नपत्रिका बनवणे, पुढे गट बनवून त्याप्रमाणे अनुकूल अभ्यासक्रम सुचवणे व तयार करणे, एखादी संकल्पना काही विद्यार्थ्यांना नीट समजली नसेल किंवा उत्तर चुकीच्या पद्धतीने लिहिले जात असेल, तर शिक्षकांना सतर्क करून सुधारणा करण्यास सुचवणे, त्याचबरोबर अशा संबंधित विद्यार्थ्यांना काही उपयोगी

साहित्य किंवा नोट्सचा संदर्भ सुचवणे, असे अनेक प्रयोग यशस्वी झालेले दिसतात. काही अल्गोरिदम्स गुगलवरील सर्च केलेल्या की-वर्ड्सवरून साधारण एकाच विषयावर काम करत असलेल्या विद्यार्थ्यांना तसेच शिक्षकांना शोधून काढतात व त्यांना एकमेकांचे सहयोगी बनवून त्यांच्या विचारणाची देवाणघेवाण करण्याचे एक व्यासपीठसुद्धा उपलब्ध करून देण्यासाठी महत्त्वाची भूमिका बजावतात. याला आपण एक वैश्विक वर्गही म्हणू शकतो, ज्यामध्ये जगातील समवैचारिक कोणीही भाग घेऊन शिकू शकतो. महत्त्वाचे म्हणजे विदयार्थ्यांच्या मनातील एखादी संकल्पनेची चाचणी करणे व झालेल्या चुकांतून विषय समजून घेणे हे सोपे झाले आहे. त्या संदर्भातील भीती संपत चालली आहे. हा एक खूपच चांगला बदल आहे. अशा अनेक परिवर्तनात्मक सुधारणा होत आहेत. सध्या जरी आर्टिफिशिअल इंटेलिजन्समुळे शिक्षण क्षेत्रात होणारा मूलगामी बदल होण्यास अजून काही वर्ष लागणार असली तरी आता दिसणारा हा बदल त्या दृष्टीने पावले टाकणारा संक्रमणाचा काळ समजायला हरकत नाही. या सर्व बदलांच्या नांदीमुळे शिक्षण क्षेत्राचा कणा असलेल्या शिक्षकांची भूमिका सुद्धा संक्रमित होताना दिसते आहे. हा बदल जितका लवकर आत्मसात करता येईल तितकेच जगाबरोबर स्पर्धा करणारे विद्यार्थी आणि समाज घडवता येईल.

❖ ❖ ❖

शिक्षण क्षेत्र आणि वसुधैव कुटुम्बकम्

जीवनाच्या जवळजवळ सर्व क्षेत्रांत आता अत्याधुनिक तंत्रज्ञान वापराची जणू चढाओढच सुरू झालेली आहे. संरक्षण, खेळ, शेती, वाहतूक व्यवस्था, व्यापार आदी क्षेत्रांत कार्यक्षमता वाढवून जास्तीत जास्त चांगला परिणाम मिळवण्याच्या दृष्टीने नवनवीन तंत्रज्ञानाचा वापर वाढतो आहे. कृत्रिम बुद्धिमत्ता म्हणजेच आर्टिफिशिअल इंटेलिजन्ससारख्या अत्याधुनिक तंत्रज्ञानाचा वापरही या क्षेत्रांत आता वाढतो आहे. त्याचे दृष्य परिणाम आता दिसू लागले आहेत. त्यासाठीच्या नवनवीन संकल्पना घेऊन जशा आघाडीच्या कंपन्या पुढे येत आहेत तसेच नवीन उद्योगही उभारत आहेत. एका क्षेत्रात मात्र आर्टिफिशिअल इंटेलिजन्स आता प्रवेश करतो आहे ते म्हणजे शिक्षण क्षेत्र.

अमेरिकेतील कंपन्यांसाठी मार्केट/बाजाराचे सर्वेक्षण करणाऱ्या एका संस्थेच्या अहवालानुसार गेल्या ५ वर्षांत शिक्षण क्षेत्रात आर्टिफिशिअल इंटेलिजन्सचा वापर जवळपास ५० टक्क्यांनी वाढला आहे. पुढील ५ वर्षांत हाच वेग इतर देशांतही वाढण्याचे संकेत आहेत. त्यामुळे गुरू किंवा शिक्षकाची जागा दुसऱ्या कोणाला घेणे शक्य नसले तरी त्यांच्या कामाचे स्वरूप नक्कीच बदलणार आहे, त्याचबरोबर शैक्षणिक संस्थांच्या कामाच्या स्वरूपातही मोठे फेरबदल संभवत आहेत. त्यातच कोविड-१९ मुळे जवळजवळ जगातील सर्व देशांत शिक्षण घरात बसूनच सुरू झाल्यामुळे लहान मुलांचा कॉम्प्युटरशी संपर्क आणि परिचय खूपच लवकर झाला आहे. ऑनलाइन शिक्षण आता नवीन राहिलेले नाही. पण गुरू किंवा शिक्षक प्रत्यक्षात समोर नसताना रेकॉर्डेड लेक्चर पाहणे आणि नंतर ठरलेल्या वेळेत प्रश्न विचारणे किंवा शंका निरसन करणे, ऑनलाइन परीक्षा देणे हे अजिबात नवीन राहिलेले नाही. यामुळे आर्टिफिशिअल इंटेलिजन्सचा

शिक्षणातील वापर तसेच व्यापकता वाढण्यास मदत होत आहे. शिक्षण क्षेत्रांत प्रामुख्याने, विद्यार्थी, पालक, शिक्षक व व्यवस्थापकीय प्रशासन या सर्वांच्या दृष्टीने या विषयाचा ऊहापोह करणे अत्यंत महत्त्वाचे आहे. अगदी नजीकच्या भविष्यात आर्टिफिशिअल इंटेलिजन्ससमुळे मोठे शैक्षणिक बदल होणार आहेत.

शिक्षकांनी वर्गातील प्रत्येक विद्यार्थ्याला त्याच्या वैयक्तिक क्षमतेनुसार शिकवणे गरजेचे असते, पण जगातील कोणत्याही आणि विशेष म्हणजे भारतासारख्या देशात प्रत्येक वर्गातील विद्यार्थी संख्येमुळे हे जवळजवळ अशक्य आहे. आर्टिफिशिअल इंटेलिजन्ससमुळे हे मात्र शक्य होऊ शकते. यावर सध्या सिडनीमधील युनिव्हर्सिटी ऑफ न्यू साऊथ वेल्सने आघाडी घेतली आहे. तेथे प्राध्यापकांचे प्रत्येक लेक्चरचे व्हिडिओ छोट्या-छोट्या भागांत विभागले जातात, त्यानुसार प्राध्यापकसुद्धा लेक्चर नोट्स तुकड्यांमध्ये विभागून देतात. तेथील प्राध्यापक डॉ. डेविड केलरमन यांनी एक इंटरनेट व मशिन लर्निंगच्या आधारित बॉट बनवेलला आहे. हा बॉट विद्यार्थ्यांचे प्रश्न त्यातील संदर्भावरून योग्य टीचरकडे

मुक्त शिक्षणासाठी भाषेचे कुंपण मोठा अडथळा होते. आता मात्र, मायक्रोसॉफ्टने बनवलेला दुभाषा सॉफ्टवेअर लेक्चर सुरू असताना वेगवेगळ्या ३० पेक्षा जास्त भाषांमध्ये लेखी तसेच तोंडी अनुवाद सादर करू शकतो. विशेष म्हणजे, विद्यार्थ्यांनी त्यांच्या मातृभाषेत विचारलेल्या प्रश्नाचा अनुवाद प्राध्यापकांना त्यांना हव्या असलेल्या भाषेत मिळतो, तसेच प्राध्यापकांनी दिलेले उत्तर विद्यार्थ्यांना पुन्हा त्यांच्या मातृभाषेत मिळते. यामुळे भाषेचे कुंपण जणू मोडीतच निघाले आहे, त्याचप्रमाणे अंध तसेच मूक-बधिर विद्यार्थ्यांसाठी आर्टिफिशिअल इंटेलिजन्स आधारित शिक्षणपद्धती वरदान ठरते आहे. आर्टिफिशिअल इंटेलिजन्स आधारित शिक्षण पद्धतीमुळे, भाषेची बंधने सैल होत आहेतच, पण त्याचबरोबर 'वसुधैव कुटुम्बकम' या संकल्पनेवर आधारित, विद्यार्थ्यांना आता कोणत्याही देशातील कोणत्याही शिक्षकाकडून शिक्षणाचे धडे घेणे सहज शक्य होत आहे. यापुढे, एक ठरावीक शाळा आणि त्यातील विशिष्ट पद्धती हे बंधन संपुष्टात येईल.

पाठवतो, तसेच त्याच्याकडील असलेल्या प्रश्नोत्तरांच्या बँकमधून उत्तरही शोधून देतो. त्याला आधार म्हणून प्राध्यपकांच्या लेक्चरचे संबंधित छोटे व्हिडिओ व नोट्ससुद्धा उपलब्ध करून देतो. विशेष म्हणजे हे सर्व सेकंदापेक्षा कमी वेळेत होते. विद्यार्थ्यांच्या समाधानाच्या रेटिंग वरून उत्तराचे रेटिंग ठरते ज्याचा पुढे इतर विद्यार्थ्यांच्या साधारण सारख्या प्रश्नाच्या उत्तरासाठी उपयोग केला जातो.

यामुळे डॉ. डेविड केलरमन यांनी बनवलेला बोट अधिक प्रगल्भ तर होतोच आहे, तसेच प्रश्नोत्तरांची बँकही बनत आहे. यामुळे एकप्रकारे प्रत्येक विद्यार्थ्याकडे वैयक्तिकदृष्ट्या लक्ष देणे, त्याच्या शंकांचे त्वरित निरसन करणे शक्य होऊ लागले आहे. मुख्य म्हणजे प्रत्येक विद्यार्थी आता स्वतःच्या अनुकूलतेनुसार शिकण्याचा वेळ व वेग घेऊ शकत आहे.

काही कंपन्यांनी बनवलेले सॉफ्टवेअर प्रत्येक विद्यार्थ्यांच्या शिकण्याच्या वेगावर, प्रश्नांवर, त्याच्या वर्गातील सहभागावर तसेच इतर विद्यार्थ्यांबरोबरच्या संवादावर लक्ष ठेवतात. ज्या विद्यार्थ्यांची प्रगती अपेक्षेपेक्षा कमी आहे, तसेच ते कोठे कमी पडत आहेत त्याचे मूल्यमापन करून त्याचा अहवाल प्राध्यापक तसेच पालकांना सादर करणे, त्यांना विविध लेक्चर्स, नोट्स सुचवणे आदी कामे आर्टिफिशिअल इंटेलिजन्समुळे शक्य होत आहेत. याचप्रमाणे, जे विद्यार्थी उत्तम प्रगती करत आहेत, त्यांच्या अभ्यासाच्या पद्धतीचे आकलन करून इतर विद्यार्थ्यांना सुधारणा सुचवणे, प्राध्यापकांना तसे सूचित करणे आदी कामे आता शक्य होऊ लागली आहेत.

हे सॉफ्टवेअर सध्या उच्च शिक्षण घेणाऱ्या विद्यार्थ्यांसाठी बनवले आहे. त्याचा पुढील प्रसार व प्राथमिक तसेच माध्यमिक शालेय उपयोग लवकरच अपेक्षित आहे, ज्यामध्ये विद्यार्थ्यांच्या आकलन क्षमतेनुसार पुढील शिक्षणाची तसेच करिअरची दिशा अगदी कमी वयात सुचवणे शक्य होईल.

काही विद्यापीठांत सध्या ॲमेझॉन ॲलेक्साचा वापर विद्यार्थ्यांसाठी एक सर्वसाधारण कॅम्पस गाइड स्वरूपात केला जात आहे. ज्याचा उपयोग नवीन दाखल

होणाऱ्या विद्यार्थ्यांसाठी होतो आहे. उदाहरणार्थ - ऑरिझोना स्टेट युनिव्हर्सिटीमधे ठरावीक विभागाची माहिती, त्यातील वैशिष्ट्ये, सर्वसाधारण, तसेच प्रत्येक विषयाचे, प्राध्यापकांचे वेळापत्रक, कॅन्टीनबद्दलची माहिती अशा अनेक स्वरूपाची माहिती ऑलेक्साला विचारून घेता येत आहे. यामुळे वेळापत्रक, तसेच माहितीचे गाइड छापण्याची गरज कमी होत आहे. या सर्वांच्या जोडीला देणाऱ्या वेबसाईट असतातच पण त्यातील गरजेची आणि मोजकी माहिती सुलभ पद्धतीने ऑलेक्सासारखी मदतनीस देते आहे.

विद्यार्थ्यांच्या मदतीसाठी बॉट्स तर २४ तास उपलब्ध होऊ शकतात. मायक्रोसॉफ्टने केलेल्या व्यापक सर्वेक्षणानुसार बहुतेक शिक्षक आणि विविध शिक्षण संस्थांना स्पर्धात्मक वातावरणात टिकून राहण्यासाठी आर्टिफिशिअल इंटेलिजन्सच्या वापराची गरज पटलेली आहे व त्याबाबत ते अनुकूल आहेत. त्याबद्दलची प्राथमिक व प्रायोगिक चाचपणीसुद्धा केली जात आहे. त्या दृष्टीने पाऊले टाकणे सुरू आहे, ज्यामधे शालेय अभ्यासक्रमात ठरावीक ध्येय आणि उद्देश ठेवून योग्य बदल करणे, त्याचे आधुनिकीकरण करणे, शिक्षक व विद्यार्थी संवाद करू शकतील असे सॉफ्टवेअर्स बनवणे, शिक्षण कंटाळवाणे होणार नाही यासाठी सतत पण सकारात्मक बदल करण्याची मानसिकता तयार करणे, समुपदेशन करणे आदींवर काम करणे आवश्यक आहे. जगातील कित्येक विद्यापीठांत यावर बरेच आधी काम सुरू झालेले आहे.

भारतातील विद्यापीठांना यावर काम करावेच लागेल. त्यांच्यासाठी ही एक संधी आहे, ज्यामुळे त्यांचे ज्ञान भांडार जगभरात सर्वत्र पोचवता येईल. कित्येक भारतीय कंपन्यांनासुद्धा कोर्सेस बनवता येतील आणि शिकवता येतील. त्यामुळे आता भारतातील विद्यापीठांना इतर देशांतील विद्यापीठांबरोबरच एक प्रकारे कंपन्यांबरोबर सुद्धा स्पर्धा करावी लागणार आहे. शेवटी आजचे विद्यार्थीच उद्या समाजाचे आणि देशाचे भवितव्य घडवणारे असतात. त्यांना देशात राहूनच देशाबाहेरील ज्ञान मिळवून देण्यात आर्टिफिशिअल इंटेलिजन्सचे योगदान महत्त्वाचे होऊ शकते. त्यांना अत्याधुनिक शिक्षणपद्धती उपलब्ध करून देणे आणि इतर देशांतील समवयस्क मुलांच्या एक पाऊल पुढे ठेवणे हे आजच्या शिक्षण संस्था, तसेच सरकारी धोरण आखणाऱ्यांच्या हाती आहे, त्यानुसार जितक्या लवकर सकारात्मकता बदल करावे लागतील ते करणे अत्यंत गरजेचे आहे.

❖　❖　❖

वन्यजीवन संवर्धन

गेल्या अनेक दशकांपासून मानवाचा वन्यजीवांच्या अधिवासामधे हस्तक्षेप वाढतोच आहे. वाढणारी लोकसंख्या, नैसर्गिक संसाधनांचा अधिकाधिक वापर, अवैध शिकार, प्रदूषण, खाणकाम आदींचा अत्यंत विपरीत परिणाम वन्यजीवनावर पडतो आहे. पर्यावरणाच्या योग्य संतुलनासाठी प्रत्येक छोटी-मोठी वनस्पती, प्राणी, कीटक, अगदी बुरशीसुद्धा महत्त्वाची असते. यातील कोण्यात्याही घटकाचे नष्ट होणे म्हणजे पर्यावरणाचे संतुलन ढळणे व विनाशाकडे एक पाऊल टाकले जाणे असते. स्वित्झर्लंडस्थित आंतरराष्ट्रीय निसर्गसंवर्धन संघटनेच्या अहवालानुसार जगातील २७ हजारांहून अधिक प्राणी, पक्षी व वनस्पती नामशेष होण्याच्या मार्गावर आहेत. १९५८ मधील चिन्यांनी कोट्यवधी चिमण्यांची कत्तल करून त्यानंतर धान्याच्या बरबादीचे प्रचंड अरिष्ट ओढवून घेतलेले होते.

चिमणीसारखा छोटा पक्षी नष्ट केल्याने त्याचे गंभीर परिणाम तो देश अजूनही भोगतो आहे. पर्यावरणाचा समतोल पुन्हा सुधारण्यासाठी इतर देशांतून चिमण्या आयात करण्याची वेळ या देशावर आली होती. पर्यावरण बचावासाठी समतोल राखण्यासाठी, तसेच वन्यजीवांच्या देखरेखीसाठी सध्याच्या पद्धती खूपच तोकड्या आहेत. त्याला राजकीय, भौगोलिक, तसेच तंत्रज्ञानाशी संबंधित मर्यादा आहेत. पारंपरिक पद्धतीमधे संशोधक वन्यजीवांच्या पायाचे ठसे, फोटो, व्हिडिओ शूटिंग आदींचा वापर करतात. या सर्वांचे पुढे विश्लेषण करणे, अंदाज बांधणे, वर्गीकरण करणे आदी सर्व बाबी अत्यंत महत्त्वाच्या असून खूप वेळ घेणाऱ्या असतात. परंतु या सर्व गोष्टी आता आर्टिफिशिअल इंटेलिजन्स आधारित मशिन लर्निंग तंत्रामुळे अधिक गतीने व कार्यक्षमतेने होत आहेत.

प्रामुख्याने जंगलातील किंवा अभयारण्यातील भटकणाऱ्या प्राण्यांना शोधणे, त्यांना ओळखणे, त्यांचा मागोवा घेणे आदी आता शक्य होत आहे. महत्त्वाचे म्हणजे, नामशेष होण्याच्या मार्गावर असणाऱ्या प्राण्यांचा सतत मागोवा घेणे शक्य होऊन त्यांना आग, पूर, अवैध शिकार आदींपासून वाचवणे शक्य होत आहे. त्याचबरोबर प्राण्यांच्या वर्तनाचा, विशिष्ट सवयींचा अभ्याससुद्धा आर्टिफिशिअल इंटेलिजन्स आधारित अल्गोरिदम्समुळे शक्य होत आहे. त्यातून प्राण्यांच्या जीवनातील विविध पैलू समोर येत आहेत.

प्रत्येक प्राण्याचा रंग, साधारण आकार, चालण्याच्या, पोहण्याच्या पद्धती, अधिवास व तेथील वैशिष्ट्ये, शरीराचे साधारण तापमान आदींचा वापर करून कॉम्प्युटर व्हिजन किंवा मशिन व्हिजन अल्गोरिदम्स ठराविक नमुने बनवते. यासाठी प्राण्यांच्या विविध फोटोंचा, व्हिडिओ शूटिंगचा वापर केला जातो. पुढे एखाद्या प्राण्याचा फोटो किंवा व्हिडिओशी तुलना केल्यास समानतेच्या ठराविक मापदंडानुसार अल्गोरिदम्स प्राणी

वन्यजीवांचे सुरक्षाकवच

सुळ्यांसाठी हत्ती, शिंगासाठी गेंडे, कातड्यांसाठी वाघ व हरिण आदींची अवैध शिकार गेली कित्येक शतके होत आहे. हे रोखण्यासाठी जगभरातील सर्वच देश प्रयत्न करत आहेत. परंतु, हे प्रयत्न तोकडे पडत आहेत. वन्य अधिकाऱ्यांना मोठ्या जंगलात सर्वत्र लक्ष ठेवणे केवळ अशक्य आहे. जंगलात विविध ठिकाणी बसवलेले मशिन व्हिजन अल्गोरिदम्सने सुसज्ज असे कॅमेरे व सतत फिरणारे ड्रोन्स आदींमुळे संशयास्पद हालचाली, तसेच अवैध शिकारी, त्यांच्याकडील शस्त्रे ओळखणे आता शक्य होत आहे. त्यानुसार हे अल्गोरिदम्स रेंजर्सना सतर्कतेचा त्वरित इशारा देतात. अमेरिकेतील रिसॉल्व्ह नावाच्या कंपनीने ट्रेलगार्ड नावाचा इंटेलिजन्ट कॅमेरा बनवला आहे. हा कॅमेरा अभयारण्यात ठराविक संवेदनशील भागांत बसवण्यात येतो. ही प्रणाली अवैध शिकारी शोधण्यात अत्यंत उपयुक्त ठरत आहे. आजपर्यंत, ३० पेक्षा अधिक बेकायदा शिकाऱ्यांना पकडण्यासाठी त्याचा उपयोग झाला आहे. ही इंटेलिजन्ट कॅमेरा प्रणाली प्राण्यांना ओळखून त्यांचे योग्य वर्गीकरणसुद्धा करतो. त्याचबरोबर, पुन्हा पुन्हा तोच प्राणी दिसल्यास त्यानुसार नोंदीसुद्धा करतो.

ओळखतात. कॉम्प्युटर्स किंवा प्रोसेसिंग चिप्स आता खूपच छोट्या आकाराच्या हलक्या व वेगवान झाल्यामुळे ड्रोन्सवर किंवा जंगलात बसवलेल्या कॅमेऱ्यांमध्येसुद्धा बसवता येते. त्यामुळे वास्तविक व प्रत्यक्ष माहिती प्रयोगशाळांमधे किंवा वन्यविभागाच्या कार्यालयात पोचती होऊन काही सेकंदात त्याचे विश्लेषण होऊन प्राणी ओळखता येतो. देवमासे, हत्ती आदींसारखे मोठे प्राणी अगदी उपग्रहांवरूनही ओळखता येतात. त्यामुळे, वन्यप्राण्यांवर लक्ष ठेवणे, मोजणी करणे, आदी अधिक कार्यक्षमतेने करणे शक्य होत आहे.

न्यूयॉर्कमधील स्वयंचलित कारसाठी रस्त्यावरील संभाव्य अडथळे ओळखण्यासाठी इंटेलिजन्ट सॉफ्टवेअर बनवणारी कोजितो नावाच्या कंपनीने आता प्राणीगणनेच्या क्षेत्रात आघाडी घेतली आहे. कोजितो कंपनीने बनवलेले इंटेलिजन्ट ड्रोन्स जवळजवळ सर्व प्रकारच्या प्राण्यांना अचूक ओळखतात. त्यामुळे प्राणी गणना सहज शक्य व विश्वासार्ह होत आहे, अन्यथा जी खूपच वेळखाऊ असते. इंग्लंडमधील डीपमाईंड कंपनीने बनवलेले अल्फागो नावाचे मशिन लर्निंग आधारे सॉफ्टवेअर फोटोंमधील टांझानिया देशातील प्राण्यांचे वर्षगणिक कित्येक कोटी फोटोंमधील प्राणी ओळखून त्यांचे वर्गीकरण करते, तसेच गणना करते. अन्यथा, या कामासाठी जवळजवळ एखादे वर्ष लागू शकते.

कित्येक शास्त्रज्ञ प्राण्यांच्या व पक्षांच्या आवाजांचा, विशिष्ट ध्वनीचा विविध कारणांसाठी अभ्यास करतात. त्यासाठी, विविध प्रकारचे सेन्सर्स जंगलात ठरावीक ठिकाणी बसवण्यात येतात. हे सेन्सर्स सर्वच प्रकारच्या आवाजांची व ध्वनीची नोंद ठेवतात ज्याचे ठरावीक कालांतराने प्रयोगशाळेत अर्थ लावणे, वर्गीकरण करणे, त्यावरून प्राणी, पक्षी, त्यांची ठरावीक जात ओळखणे आदींचा अभ्यास केला जातो. परंतु हे सेन्सर्स बंदुकीचा आवाज, गाड्यांचा आवाज, बोलण्याचा आवाज, लाकूडतोडीचा तसेच करवतीचा आवाज आदींची नोंदसुद्धा करतात.

इंटेलिजन्ट अल्गोरिदम्समुळे आता या आवाजांचे त्वरित वर्गीकरण होऊन रेंजर्सना संभाव्य स्थानाची माहिती दिली जाते. यावरून, शिकार, तसेच अवैध लाकूडतोडीला काही प्रमाणात आळा घालता येणे शक्य होत आहे. कॅलिफोर्नियातील 'रेनफॉरेस्ट कनेक्शन' या कंपनीने खास ध्वनींचे वर्गीकरण करणारे सेन्सर्स जगातील बहुतेक सर्व देशांत लाकूडतोडी रोखण्यात कामी येऊ लागले आहे. नेदरलँड्समधील सेन्सिंग क्लूज या कंपनीने बनवलेले 'ओपन इयर्स' तसेच ओपन अकोस्टिक डिव्हाइसेस या कंपनीने बनवलेले 'ऑडिओ मॉथ' नावाचे सेन्सर्स मशिन लर्निंगचा वापर करून जंगलातील विविध आवाजांमधून बंदुकीच्या आवाज अचूकतेने टिपतात.

युनिव्हर्सिटी ऑफ सदर्न कॅलिफोर्नियामधील सेंटर फॉर आर्टिफिशिअल इंटेलिजन्स सोसायटीने बनवलेले 'पॉस' नावाचे इंटेलिजन्ट अल्गोरिदम, जंगलातील शिकारीच्या पद्धतीवरून पुढील कोणत्या भागात शिकार होऊ शकते किंवा सापळे बसवले जाऊ शकतात याची माहिती रेंजर्सना देते.

अल्गोरिदमने वर्तवलेला अंदाज खरा ठरल्यास त्याचा पुढे अल्गोरिदम अधिक प्रगल्भ होण्यास मदत होते. अंदाज चुकीचा ठरल्यास अल्गोरिदम उत्तर शोधण्याची दिशा बदलते. मागच्या वर्षी कंबोडियामधे पॉसमुळे केवळ एका महिन्यात १००० पेक्षा अधिक सापळे जप्त करण्यात आले. ज्यांची संख्या इतरवेळी पेक्षा दुपटीने अधिक होती. त्याचबरोबर, ४० हून अधिक करवती, २४ मोटरसायकली आणि ट्रक जप्त करण्यात यश आले आहे.

आफ्रिकन खंडामधे प्राण्यांचे स्थलांतर विविध देशांतून होत असते. त्यांच्या स्थलांतराचा अभ्यास गेल्या कित्येक दशकांपासून होत आहे. लोरावॉन या इंटेलिजन्ट जीपीएस यंत्रणेचा वापर सध्या पूर्व आफ्रिकेतील मलावी या देशात केला जात आहे. एक छोटा सेन्सर कळपातील एखाद्या प्राण्याच्या शिंगावर बसवण्यात येतो. त्यानुसार कळपाच्या स्थलांतराचा अभ्यास केला जातो व त्यांच्या प्रवासातील पुढील ठिकाणाचा अंदाज लावला जातो. यावरून संकटात तसेच नामशेष होण्याच्या मार्गावर असलेल्या प्राण्यांसाठी त्यांच्या स्थलांतरणाच्या मार्गावर अन्न साठे, पाणी आदींची उपलब्धता करून ठेवता येते. त्यामुळे अशा प्राण्यांच्या जगातील नष्ट होण्यापासून वाचवता येणे शक्य होऊ शकते. मलावीसारख्या अविकसित देशाचा हा उपक्रम स्तुत्यच आहे.

युनिव्हर्सिटी ऑफ हवाईमधील जैवसंवर्धनावर काम करणारे मार्क ट्रेव्हर्स आणि त्यांची टीम तेथील काऊई बेटावरील नामशेष होण्याच्या मार्गावर असलेल्या पक्ष्यांना वाचवण्याचे मोलाचे कार्य करत आहेत. त्यांच्या अभ्यासानुसार जंगलातून जाणाऱ्या उच्च दाबाच्या विजेच्या तारांना धडकून हे पक्षी मरण्याचे प्रमाण अधिक आहे.

पक्षी या विजेच्या तारांना धडकल्यावर लेसरचा आवाज येतो हे लक्षात आल्यावर ट्रेव्हर्स यांनी त्यासाठी २५ दिवसांचे म्हणजे ६०० तासांचे विजेच्या तारांच्या जवळपासच्या आवाजांची नोंद केली. परंतु या ६०० तासांच्या आवाजांचे रेकॉर्डिंग ऐकून त्यातून लेसरच्या आवाजांची नोंद घेणे अत्यंत अवघड व वेळखाऊ काम, तसेच चुका होण्याचे प्रमाणही अधिक असल्याचे लक्षात आल्यावर त्यांनी ते काम कन्झर्व्हेशन मेट्रिक्स या कॅलिफोर्नियास्थित आर्टिफिशिअल इंटेलिजन्स क्षेत्रातील कंपनीला दिले.

त्यांनी बनवलेल्या मशिन लर्निंग अल्गोरिदम्सने काही मिनिटांत लेसरच्या आवाजांच्या नोंदी वेगळ्या व वर्गीकृत करून दिल्या. यावरून ट्रेव्हर्स यांच्या अंदाजापेक्षा कितीतरी पटीने अधिक पक्षांचे मृत्यू या विजेच्या तारांना धडकून होत असल्याचे समोर आले. यावरून पुढील उपाययोजना कमी वेळेत आखणे शक्य झाले आहे.

जंगलातील प्राणी जसे महत्त्वाचे असतात तसेच, समुद्रातील, सरोवरातील व नदीतील सुद्धा तितकेच महत्त्वाचे असतात. परंतु गेल्या काही दशकांत हे पाण्याचे स्रोत व जलचरांचे अधिवास प्रदूषित झालेले आहेत. प्लॅस्टिक हे प्रदूषणाचे एक प्रमुख कारण आहे. परंतु ड्रोन्स व त्यातील आर्टिफिशिअल इंटेलिजन्स आधारित प्रशिक्षित झालेल्या मशिन व्हिजन तंत्रामुळे तरंगणारा कचरा व त्यातील प्लॅस्टिक ओळखणे शक्य झाले आहे.

त्यानुसार संबंधित विभागाला त्वरित सूचना दिली जाते. यामुळे जलचरांवर प्लॅस्टिकमुळे होणारे गंभीर परिणाम रोखले जाण्यास मदत होत आहे.

आर्टिफिशिअल इंटेलिजन्सचे उपयोग जवळजवळ सर्वच क्षेत्रांत होऊ लागला असला तरी त्याकडे सर्वसामान्यपणे संशयाने पहिले जाते. परंतु इतर तंत्रज्ञानाप्रमाणेच ते तटस्थ आहे. त्याचा उपयोग योग्य प्रमाणे व योग्य हातात असल्यास पर्यावरण संतुलन तसेच जैवविविधता जपण्यासारख्या बहुमोल व समग्र उद्देशासाठी सुद्धा होऊ शकतो.

२१

राजकारणाचे कोडिंग-डी कोडिंग

आर्टिफिशिअल इंटेलिजन्स म्हणजे निसर्गातील बुद्धिमत्तेचे प्रथम गणिती आणि नंतर कॉम्प्युटर कोडमध्ये रूपांतर करून एखाद्या सिस्टीमची योग्य निर्णय घेण्याची क्षमता वाढवणे होय. या सिस्टीम्स आपल्या जीवनातील प्रत्येक क्षेत्रात, म्हणजे मिलिटरी, एव्हिएशन, गेमिंग, वैद्यकीय सेवा, स्मार्ट सिटी, वाहतूक सेवा आदींपासून अगदी लोकांच्या खरेदी करण्याच्या पद्धती शोधून काढण्यापर्यंत विस्तारलेल्या आहेत. या कॉम्प्युटर कोडना कॉम्प्युटर एजंट असेही म्हणतात.

हे एजंट्स एकमेकांशी संवाद साधतात, स्पर्धा करतात, एकमेकांपासून शिकतात आणि एकत्रितपणे क्लिष्ट समस्या सोडवतात. ज्याचा उपयोग योग्य निर्णय घेणे, सिस्टीम्सची क्षमता वाढवणे आदींसाठी होतो. गेल्या जवळजवळ २० वर्षांपासून मुंग्या, पक्षी, काजवे, जिवाणू, मासे इत्यादी प्रजातींच्या नैसर्गिक बुद्धिमत्तेचे गणिती आणि कॉम्प्युटर एजंट्समध्ये रूपांतर केले गेले आहे. मुंग्या फेरोमोन नावाचे रसायन उत्सर्जित करून त्यांचे वारुळापासून ते साखरेच्या गोणीपर्यंत कमीत कमी अंतराचा मार्ग शोधतात, पक्ष्यांचा थवा एक ठरावीक त्रिकोणी आकार बनवतो ज्यामुळे हवेचा रोध कमी होतो आणि कमीत कमी ऊर्जा खर्च करून शेकडो किलोमीटर्सपर्यंत उडतो, हजारो माशांची झुंड भक्षकापासून स्वतःचा बचाव करतात, तसेच भक्ष्याला शोधायचे ही काम करतात. या सर्व प्राण्यांच्या समाजाचे काही नियम असतात. हे नियम कालपरत्वे बदलत व सुधारत असतात. पण नियमांची मूळ चौकट मात्र बदलत नाही.

लोकशाही चौकटीतील राजकीय बुद्धिमत्ता पिढ्यांपिढ्या मानवी समाजातील विविध समस्या सोडवत आहे, तसेच प्रगल्भही होताना दिसत आहे. तसे पहिले तर हा

राज्यशास्त्र आणि समाजशास्त्राचा विषय आहे. पण यामध्ये नियमबद्ध वैज्ञानिक, तसेच गणिती शास्त्र लपलेले आहे. मी सर्वप्रथम २०१४ मध्ये सिम्बायोसिस आंतरराष्ट्रीय विद्यापीठामध्ये या लोकशाही चौकटीचे गणिती आणि कॉम्प्युटर एजंट्स यामध्ये रूपांतर करण्याचे काम सुरू केले. त्याचबरोबर ही नियमबद्ध चौकट कॉम्प्युटर अल्गोरिदमच्या स्वरूपात मांडली. या संदर्भातील पहिला लेख २०१७ साली 'न्यूरल कॉम्प्युटिंग अँड अॅप्लिकेशन्स' या आर्टिफिशिअल इंटेलिजन्स संदर्भातील प्रतिष्ठित आंतरराष्ट्रीय नियतकालिकेत प्रसिद्ध झाला. या कामात विविध कॉम्प्युटर एजंट्स बनवून त्या प्रत्येकाला कार्यकर्ता, पाठीराखा, मतदार, नेता इत्यादी काम दिले. त्यांची वेगवेगळ्या राजकीय पक्षांमध्ये विभागणी केली, ज्यामुळे त्यांची काम करण्याची दिशा ठरली.

खऱ्या लोकशाही पक्षांमध्ये जेव्हा एखादी व्यक्ती कार्यकर्ता म्हणून पक्षाच्या कार्यक्रमात स्वतःला झोकून देते तेव्हा त्याला त्याचा राजकीय स्वार्थ, आकांक्षा खुणावू लागतात. त्यामुळे पक्षांतर्गत स्पर्धा सुरू होतात. प्रत्येकाला आपला

विविध विचारधारा - वर्गांचे विश्लेषण

जशी प्राण्यांच्या समाजात नियमबद्ध बुद्धिमत्ता आहे, तशीच मानवी समाजामध्ये सुद्धा अनुभवता येते. मला भारतातील तसेच इतर देशांतील राजकीय पक्ष, निवडणुकांचा अभ्यास करताना हे लक्षात आले की पृथ्वीवरील सर्व मानवी समाज विभिन्न विचारधारांमध्ये विभागलेला आहे. उदाहरणार्थ - भांडवलशाही, साम्यवाद, समाजवाद वगैरे तसेच, हिंदू, इस्लाम, ख्रिस्ती, वगैरे विचारधारांमध्ये संपूर्ण समाज विभागलेला आहे. या ठराविक चौकटीतील विचारधारा त्या समाजाच्या आणि प्रत्येक व्यक्तीच्या राहणीच्या पद्धती, आशा, आकांक्षा, इच्छा इत्यादींसाठी मार्गदर्शक ठरत असतात. त्याच प्रमाणे प्रत्येक देशातील समाज हा राजकीय पक्षांच्या विचारधारेवर सुद्धा विभागलेला आहे. राजकीय पक्षांच्या स्वतंत्र विचारधारा, पक्ष-पक्षांतील स्पर्धा, पक्षांतर्गत स्पर्धा व रस्सीखेच, कार्यकर्त्यांच्या आणि मतदारांच्या आशा, आकांक्षा, स्वार्थ इत्यादी एका ठराविक लोकशाहीच्या चौकटीत बसलेले आहे. त्या सर्वांचे विश्लेषण कृत्रिम बुद्धिमत्तेद्वारे शक्य आहे.

राजकीय नेता सर्वश्रेष्ठ वाटत असतो आणि त्यामुळे तो त्याच्यापर्यंत पोहोचायचा प्रयत्नही करत असतो. परंतु त्याचबरोबर प्रत्येक कार्यकर्ता दुसऱ्या पक्षाच्या नेत्यांची आपल्या नेत्याबरोबर तुलनासुद्धा करत असतो. स्वतःचे राजकीय मनोबल कायम ठेवण्यासाठी त्याचा त्याला उपयोग होत असतो.

जसा कार्यकर्ता अशी तुलना करतो तसाच नेतासुद्धा स्वतःची तुलना दुसऱ्या पक्षाच्या नेत्याबरोबर करत असतो. त्यामुळे त्याला स्वतःला सतत चार पावले पुढे ठेवण्याशिवाय तसेच प्रगतिशील राहण्याशिवाय पर्याय नसतो. त्याला पक्षांतर्गत स्पर्धेचा सुद्धा सामना करावा लागत असतो, कारण त्याला पक्षातीलच दुसऱ्या फळीतील नेत्यांकडून आव्हान मिळत असते. त्यामुळे पक्षातील नेत्याचा प्रयत्न हा नेहमी त्याची जागा टिकविण्याचा, तसेच निवडणुकांतून जिंकून सर्वश्रेष्ठ नेता बनण्याचा असतो. जसा खऱ्या लोकशाही पक्षांमध्ये हा अनुभव असतो तसाच सर्व कॉम्प्युटर एजंट्सना समस्या सोडवण्यासाठी दिली जाते.

प्रत्येक एजंट त्याच्या पक्षाच्या चौकटीप्रमाणे स्वतःचे उत्तर शोधतो. ते उत्तर जितके उत्तम तितकी त्याची पक्षातील श्रेणी वाढत जाते व सामान्य कार्यकर्तासुद्धा नेता बनतो. पण एखादा उत्तम उत्तर असलेला एजंट कमी दर्जाचे उत्तर शोधल्यामुळे पुन्हा नेता श्रेणी वरून सामान्य कार्यकर्ता एजंट बनतो. जेवढे जास्तीत जास्त कार्यकर्ता एजंट्स चांगले उत्तर मिळवू लागतात तेवढा त्यांचा पक्ष अधिक बळकट बनत जातो. जसा खऱ्या लोकशाही पक्षांमध्ये अनुभव असतो की यशस्वी पक्षाकडे आणि नेत्याकडे दुसऱ्या

पक्षाचे कार्यकर्ते पाठीराखे, आकृष्ट होतात तसेच काही कॉम्प्युटर एजंट्ससुद्धा एका ठरावीक बाजूने विचार करून उत्तर न मिळाल्याने किंवा कमी दर्जाचे मिळाल्याने स्वतःचे विचार बदलून दुसऱ्या पक्षाबरोबर जातात. म्हणजेच उत्तर शोधायची दिशा बदलतात. त्यामुळे सर्व पक्ष एकमेकांशी तुलना करत शक्य तितके चांगले उत्तर देण्याच्या प्रयत्नात राहतात. या सर्व प्रक्रियेमध्ये एजंट नेते स्थान टिकवण्यासाठी किंवा सतत सर्वोत्तम उत्तर मिळवण्यासाठी झगडत राहतात.

या सर्व प्रक्रियेतून सर्वोत्तम कॉम्प्युटर एजंट निवडला जातो आणि त्याचे उत्तर ग्राह्य धरले जाते. हे सर्व खऱ्या लोकशाहीतही स्पष्टपणे दिसून येते ज्यामध्ये, काही राजकीय पक्ष बळकट होत जातात, काही तुटत जातात, नावे बदलली जातात, पण संपत मात्र नाहीत. कारण विचारधारा सतत सुधारत राहते. जो हा सुधार स्वीकारतो, प्रत्यक्ष परिणामकारक काम करतो, ज्याचा कार्यकर्त्यांना आणि पाठीराख्यांना फायदा होतो, आशावाद वाढीस लागवतो, तो नेता राजकीय पायरी चढत जातो व शीर्ष नेतृत्वाला पोचतो. तोच सर्वमान्य होतो. पण तेथून ते स्थान टिकवण्यासाठी पुन्हा स्पर्धा सुरूच राहते.

सध्या या राजकीय विचारधारांमधील स्पर्धा, पक्ष-पक्षांतर या सर्व प्रकारांचे गणिती आणि कॉम्प्युटर एजंट्स स्वरूपात मांडणी करून वैद्यकीय सेवा, वाहतूक सेवा अशा विविध क्षेत्रांतील प्रॉब्लेम्स सोडवण्यावर पुढील संशोधन चालू आहे.

२२

खेळांतील कृत्रिम बुद्धिमत्ता

सर्वसामान्यपणे कोणत्याही देशाची ताकद सरंक्षणसिद्धता, परराष्ट्र व्यवहारातील मुत्सदेगिरी आणि खेळ या तीन क्षेत्रांत दाखवली जाते. विविध प्रकारच्या खेळांतून आपल्या देशातील नागरिकांच्या सर्वसाधारण शारीरिक स्वास्थ्याचे, सामर्थ्याचे व चपळाईचे प्रदर्शन घडवता येते. विविध स्पर्धांचे आयोजन अगदी तालुका व जिल्हा स्तरापासून ते विविध जागतिक स्तरावरील ऑलिम्पिकसारख्या अत्युच्च दर्जाच्या स्तरावर चालू असते. यामधे प्रत्येक खेळाडू आणि संघ प्रतिस्पध्र्यांपिक्षा अधिक चांगली कामगिरी करण्याचा प्रयत्न करत असतो. शारीरिक क्षमता, सराव आणि प्रशिक्षण यांत जो उजवा ठरतो तो जिंकतो. सर्वच संघ कसोशीने याची तयारी करत असतात. गेल्या काही दशकांमध्ये विविध आधुनिक तंत्रज्ञानांची जोड मिळाल्यामुळे खेळांमधे अतिशय तीव्र स्पर्धा निर्माण झाली आहे. अगदी मिलिसेकंदांमधे हार-जीत ठरत आहे. कामगिरी उंचावण्यासाठी, रणनीती ठरवण्यासाठी व जिंकण्यासाठी आपल्या तसेच प्रतिस्पर्धी संघाच्या विविध पैलूंचा काटेकोर पद्धतीने अभ्यास केला जातो. त्यामध्ये आकडेवारी मांडून विश्लेषण केले जाते व व्यूहरचना ठरवली जाते. इतर अनेक महत्त्वाच्या क्षेत्रांप्रमाणे आर्टिफिशिअल इंटेलिजन्स किंवा कृत्रिम बुद्धिमत्तेने आता या क्षेत्रातही आपला जम बसवायला सुरूवात केली आहे. ज्यामुळे कोणत्याही मानवी हस्तक्षेपाशिवाय खेळांच्या विविध पैलूंचे त्वरित विश्लेषण करता येते. प्रामुख्याने टेनिस, फुटबॉल, बास्केटबॉल, क्रिकेट, जिम्नॉस्टिक आदी क्षेत्रांतील खेळाडू, कोचेस, ट्रेनर्स, जाहिरातदार यांना याचा फायदा होतो आहे. खेळाडूंना व कोचेसना व्यायामासंदर्भात सूचना देणे योग्य संघ निवडणे, डावपेच आखण्यासाठी मदत करणे, सुरक्षेच्या संदर्भात आगाऊ माहिती देणे, आदींसाठी

त्याचा उपयोग वाढतो आहे. चीन, अमेरिका, ऑस्ट्रेलिया, जर्मनी, इंग्लंड आदी देशांनी याबाबतीत आघाडी घेतली आहे.

खेळाडूंची कार्यक्षमता वाढवण्यासाठी व्यायामाच्या वेळी तसेच सरावावेळी अंगावर ठरावीक ठिकाणी सेन्सर्स बसवले जातात, ज्यांना वेअरबल्स म्हणतात. हे वेअरबल्स हृदयाचे ठोके, रक्तदाब, साखरेचे प्रमाण, शरीराच्या ठरावीक हालचाली, शारीरिक व मानसिक ताण आदी मोजत असतात. ठरावीक व्यायामाच्या प्रकारानुसार तसेच कोच किंवा ट्रेनरने ठरवलेल्या उद्दिष्टांनुसार कृत्रिम बुद्धिमत्तेच्या आधारित बनवलेले अल्गोरिदम्स खेळाडूंना थांबण्याची, प्रकार बदलण्याची, तसेच पोषण आहाराची सूचना देतात. यामुळे कोचेस व ट्रेनरना व्यस्त वेळापत्रकामुळे ज्या अत्यंत बारीकसारीक तपशिलांचा अंदाज येणे शक्य नसते, त्यांची माहिती मिळवणे व योग्य सूचना देणे, तसेच सूचनांचे पालन झाल्यावर अपेक्षित/ अनपेक्षित बदल तपासणे आदींचा तगशील सुद्धा हे अल्गोरिदम्स अत्यंत काटेकोर पद्धतीने वापरतात. त्याचप्रमाणे सूचनांमध्ये आवश्यक

जसा खेळाचा दर्जा उंचावणे महत्त्वाचे असते तसेच त्यातील खेळाडूंची सुरक्षा सुद्धा तितकीच महत्त्वाची असते. संभाव्य धोका ओळखून खबरदारी घेणे आता मशिन व्हिजन च्या माध्यमातून शक्य होत आहे. मोटारींच्या शर्यतींमध्ये हे तंत्रज्ञान अत्यंत महत्त्वाचे ठरत आहे. या खेळातील प्रत्येक गाडीची किंमत कित्येक कोटींच्या घरात असते. तसेच चालकाचे जीवन अनमोल असते. साधारण २००-३०० किमी प्रतितास वेगाने धावणाऱ्या गाड्यांचे साध्या डोळयाने किंवा कॅमेऱ्याच्या साहाने बिघाड झाल्याचे ओळखणे जवळजवळ अशक्य असते. मशिन व्हिजन तंत्रज्ञानाच्या साहाय्याने धावणाऱ्या मोटारीच्या फोटोंचे अतिशय जलव गतीने आकलन करून टायर तसेच गाडीच्या इतर भागांच्या बिघाडाचा अंदाज बांधला जातो व चालकाला आवश्यक सूचना देऊन मोठी संभाव्य हानी टाळली जाते. त्याचप्रमाणे गाडीच्या इतर भागांत बसवलेले सेन्सर्स बिघाडाची आगाऊ सूचना देण्याचे काम करतात.

ते बदलदेखील करत जातात. यामुळे खेळाडूंची कार्यक्षमता तर वाढतेच; पण व्यायामामुळे इजा होण्याचे प्रमाण कमी होऊ शकते.

प्रत्येक संघ व त्यांचे कोचेस सामना झाल्यानंतर त्याचे चित्रण पाहून संघाच्या कामगिरीचा आढावा घेत असतात. मशिन लर्निंग या कृत्रिम बुद्धिमत्तेच्या तंत्राने विविध संघांच्या कमजोरीच्या तसेच सामर्थ्याच्या छोट्या छोट्या क्लिप्स उपलब्ध केल्या जातात. यामुळे कोचेस ना संघ निवडीसाठी मोठी मदत होत आहे. हे तंत्र सध्या फुटबॉल, बेसबॉल आदी खेळांसाठी अत्यंत उपयुक्त ठरत आहे. सध्या फुटबॉल आणि बास्केटबॉल या खेळांमधे एक प्रयोग यशस्वी होताना दिसतो आहे, तो म्हणजे, मशिन लर्निंगच्या माध्यमातून खेळ चालू असताना प्रत्येक खेळाडूच्या खेळाच्या पद्धतीचे, मैदानावरील जागेचे व कामगिरीवरून त्याच्या जिंकण्यातील संभाव्य योगदानाचे प्रमाण काढले जाते. त्यानुसार, रणनीती बदलण्याच्या सूचनासुद्धा दिल्या जातात. हा प्रयोग जितका जास्त होत जाईल तितकी त्याची निर्णय क्षमता आणि अचूकता वाढत जाईल. त्याचा अधिकाधिक फायदा संघांना तर होईलच, पण त्याचबरोबर खेळाडूंना सुद्धा वैयक्तिक कामगिरी सुधारण्याकडे अधिकाधिक लक्ष द्यावे लागेल.

खेळ हा जसा देशाची शारीरिक तसेच मैदानी ताकद म्हणून दाखवला जातो, तसेच त्यातून प्रचंड उत्पन्न मिळत असते. स्टेडियम मधील तिकिटांपेक्षा अधिक उत्पन्न टीव्ही तसेच इतर डिजिटल माध्यमातून होत असते. त्यामुळे प्रेक्षकांसाठी खेळाचा अधिकाधिक चांगला व प्रभावी अनुभव घेता यावा यासाठीही कृत्रिम बुद्धिमत्तेचा वापर गेल्या दशकापासून वाढतो आहे. ज्यामधे खेळाडूंची ठरावीक दिशेतील हालचाल, प्रेक्षकांच्या भावना व नजरा, गोंगाटाचा स्तर व चढ-उतार आदींवरून मनोरंजक, चित्तवेधक क्षण शोधून त्यांच्या हायलाइट्स बनवणे व लगेचच टीव्ही, मोबाईल तसेच इतर माध्यमांतून उपलब्ध करणे आदींचा समावेश होतो. यातील मनोरंजक, चित्तवेधक क्षणांवरून जाहितदारांचे दर ठरवण्यात सुद्धा मदत होते.

सोपे पण प्रगल्भ होत जाणारे अल्गोरिदम्स आजपर्यंत उघड न झालेल्या नवनवीन डावपेचांची उकल करत आहेत जे आता खेळाडूंसाठी आणि संघांसाठी फायदेशीर ठरू लागले आहेत. अल्फा-झीरोसारखे सॉफ्टवेअर कृत्रिम बुद्धिमत्ता वापरून बुद्धिबळ शिकत आहे. त्याला एक कृत्रिम खेळाडू म्हणून वापरण्यात येत आहे. विशेष म्हणजे या कृत्रिम खेळाडूला बुद्धिबळाचे कोणतेही ज्ञान वा प्रशिक्षण देण्यात आलेले नव्हते. परंतु त्याला शिकण्याची क्षमता देण्यात आली होती. त्यामुळे तो स्वतः मानवी खेळाडूंप्रमाणे खेळ शिकत गेला आणि आता तो प्रगल्भ बनून स्वतः डावपेच बनवतो तर आहेच; पण

विशेष म्हणजे त्यातील कित्येक डावपेचांबद्दल अनुभवी खेळाडूसुद्धा अगदी अनभिज्ञ आहेत हे आता लक्षात येत आहे. जगज्जेता गॅरी कास्पारोव्हच्या मते या तंत्रज्ञानामुळे हा खेळ आता नवनवीन पद्धतीने समजू लागलेला आहे, ज्याचा फायदा उदयोन्मुख खेळाडू तसेच कोचेसना सुद्धा होतो आहे. भारतातील सरकारी व काही खासगी विद्यापीठांनी खेळ तसेच त्यासाठी विज्ञान व तंत्रज्ञान यांचा मेळ घालण्याच्या दृष्टीने काम सुरू केले आहे. पण सर्वसामान्य खेळाडूंपर्यंत पोचण्यासाठी तसेच आंतरराष्ट्रीय स्तरावरची कृत्रिम बुद्धिमत्ता असलेली सॉफ्टवेअर व तंत्रज्ञान आत्मसात करण्यासाठी आपल्याला अजून खूप मोठा पल्ला गाठावयाचा आहे.

आधी सांगितल्याप्रमाणे, अगदी काही मिलिसेकंद व मिलिमीटर्सच्या फरकाने कित्येक खेळांतील हार-जीत ठरत आहे. त्यामुळे, कित्येक वर्षे जीव ओतून संघ घडवणारे कोचेस आणि ट्रेनर्ससुद्धा कृत्रिम बुद्धिमत्तेची मदत घेण्यास मजबूर होत आहेत. त्यामुळे सर्वच प्रकारच्या खेळांमध्ये मानवी हस्तक्षेप कमी होतो आहे. उदाहरणार्थ - कार रेसिंगमध्ये गाडीच्या चालकाचे कौशल्य, अद्ययावत तंत्रज्ञान व मदत करणारी इंजिनीअर्सची टीम यांचे एकत्रित प्रयत्न जिंकण्यासाठी महत्त्वाचे ठरतात. अँड्र्यू बेल यांनी इंग्लंडमधील शेफिल्ड विद्यापीठात कार रेसिंगच्या विषयात मोलाचे संशोधन केले

आहे. त्यांनी १९५० पासून २०१४ पर्यंत झालेल्या महत्त्वाच्या कार रेसिंग स्पर्धांच्या विविध आकडेवारीचा अभ्यास केला. ज्यामधे चालकाचे व कारच्या तंत्रज्ञानाचे तसेच इंजिनिअर्सचे स्पर्धा जिंकण्यामध्ये होणाऱ्या योगदानाचे विश्लेषण केले आहे. त्यांच्या अनुमानानुसार ८० च्या दशकात स्पर्धा जिंकण्यात चालकाचे योगदान जवळपास ३०% होते. ते आता जवळपास १४% टक्क्यांवर पोचले आहे. त्याचबरोबर तंत्रज्ञानाचे तसेच इंजिनिअर्सचे योगदान ८६% वर पोचले आहे. त्यामुळे कोणत्याही कारसाठी एक फेरी पूर्ण करण्यासाठी लागणार वेळ सुद्धा ५ सेकंदांपेक्षा कमी झाला आहे. त्यांच्या मते हा खूप मोठा महत्त्वाचा बदल आहे. या खेळामध्ये साधारणपणे चालकाचे आणि कारचे किंवा तंत्रज्ञानाचे असे दोन प्रकारचे चाहते असतात. दुसऱ्या प्रकारचे चाहते वाढत असल्यामुळे फोर्डसारख्या मोठ्या कंपन्या चालकरहित रेसिंग कार बनवत आहेत, ज्यामुळे या खेळाचा आयमच बदलत चाललेला आहे. पण यामुळे काही महत्त्वाचे प्रश्न निर्माण होत आहेत. जसे, तंत्रज्ञान आणि कृत्रिम बुद्धिमत्तेचा हस्तक्षेप खेळांत वाढत जाईल तसा कोचेस, ट्रेनर्स आणि अगदी खेळाडूंचे व त्यांच्या उपजत गुणांचे महत्त्व व मूल्य कमी होऊ लागेल का किंवा त्यांना भूमिका बदलावी लागेल का? नवीन तंत्रज्ञानामुळे सर्वच संघ खूपच चांगले खेळल्यामुळे त्यातील रंगत निघून जाईल का? विशिष्ट खेळासाठी नवनवीन कृत्रिम बुद्धिमत्तेने सुसज्ज तंत्रज्ञान बनवणे ही एक नवीन स्पर्धा सुरू होईल का? जगभरातील देशांची सरकारे खेळांविषयक कोणती धोरणे आखतात, यावरून यांची सर्वसाधारण उत्तरे मिळू शकतील.

नजीकच्या भविष्यातील दिशा

गेल्या ५० ते ६० वर्षांत विविध क्षेत्रांत मोठे बदल झाले. हे बदल आवश्यकच आणि अपरिहार्य असले तरी कृत्रिम बुद्धिमत्तेच्या बाबतीत बदलांचा वेग अतिशय मोठा आहे. तसेच हा बदल सर्वसामान्य मनुष्याच्या जीवनाच्या विविध पैलूंवर बरा-वाईट परिणाम करणारा आहे. त्यामुळे येणाऱ्या काळात कृत्रिम बुद्धिमत्तेचा वापर नेमका कोणत्या दिशेने जाणार आहे, याचा सर्वसामान्यांच्या दृष्टिकोनातून अंदाज बांधणे आवश्यक आहे. तंत्रज्ञानातील नवे बदल मानवी जीवनात अनेक बदल घडवून आणतात. आरोग्य, शिक्षण, संरक्षण, कृषी, बँका, विविध सेवा अशा क्षेत्रांत कृत्रिम बुद्धिमत्तेचा वापर करून मनुष्याने आपले जीवनमान सोपे केले आहे. तरी अद्यापही अनेक प्रश्न या तंत्रज्ञानाला सोडविता आले नाहीत. ते सोडविण्याच्या दृष्टीने या क्षेत्रातील तज्ज्ञ प्रयत्न करत आहेत. नजीकच्या भविष्यात आर्टिफिशिअल इंटेलिजन्स नेमके काय बदल घडवून आणू शकेल, याचा आढावा.

२३

मैत्री, नात्यांचा नवा अल्गोरिदम

आज आपण आर्टिफिशिअल इंटेलिजन्सचा वापर वेगवेगळ्या क्षेत्रांत होत असल्याच्या बातम्या वाचतो वा ऐकतो. कित्येक जण अजूनही भविष्यातील किंवा नजीकच्या काळात उपयोगी ठरणारे एक तंत्रज्ञान म्हणून त्याकडे पाहतात. जसे इंटेलिजन्ट स्वयंचलित वाहने, स्मार्ट वाहतूक प्रणाली, स्मार्ट होम्स आदींच्या बाबतीत आर्टिफिशिअल इंटेलिजन्सच्या सहज वापरासाठी अजूनही काही काळ जाणे अपेक्षित आहे. परंतु आपल्या रोजच्या जगण्यातील कित्येक बाबींमध्ये त्याचा उपयोग अगदी प्रत्येक क्षणाला होत आहे. त्यापासून आपण अनभिज्ञ असू नये, म्हणून हा लेख लिहिणे आवश्यक आहे.

स्मार्ट वाहतूक प्रणालीचे प्राथमिक स्वरूप म्हणून आपण गुगल मॅप्स वापरतो. हे इंटेलिजन्ट अॅप आपल्याला गंतव्य स्थानापर्यंतचे विविध मार्ग दाखवते. गाड्यांच्या गर्दीनुसार किती वेळ लागू शकतो, कोणता मार्ग घेणे सोयीस्कर ठरेल, किती वेळ लागेल आदी सांगते. त्याचप्रमाणे मशिन लर्निंग आधारे आतापर्यंतच्या साधारण विविध वेळी असणाऱ्या वाहतुकीच्या प्रमाणानुसार कोणत्या वेळी कोणता मार्ग स्वीकारल्यास फायदेशीर ठरेल ते सुद्धा सांगते. अशा अॅप्सचा वापर आपण सर्वच करत असतो, त्याचबरोबर, ओला, उबेरसारख्या टॅक्सी कंपन्यासुद्धा करत असतात. वाहतुकीच्या मार्गानुसार व गर्दीनुसार लागणाऱ्या वेळेच्या प्रमाणात बिलाची संभाव्य बिलाची रक्कम ग्राहकाला कळवण्यात येते. या कंपन्या शेअरिंगचा पर्याय उपलब्ध करून देतात. त्या आधारे, एकाच मार्गावर जाणाऱ्या प्रवाशांना कमी खर्चात गंतव्य स्थानावर पोचता येते.

आर्टिफिशिअल इंटेलिजन्समधील मशिन लर्निंग तंत्राचा फेसबुक, ट्विटर, इंस्टाग्राम आदींमध्ये होणारा वापर अजिबात नवीन नाही. आपल्या शेअर तसेच लाइक केलेल्या

पोस्ट्सवरून आपला स्वभाव तसेच कल शोधला जातो, त्यानुसार काही उत्पादनांच्या जाहिराती 'पुश' केल्या जातात. त्याचप्रमाणे, साधारण एका प्रकारच्या स्वभावाच्या, तसेच विचारांच्या लोकांना एकमेकांचे 'फ्रेंड' होण्यासाठी सुचवले जाते. यातून विविध कंपन्यांना आपले उत्पादन जगभरात पोचवण्यात मदत होते. ॲमेझॉन किंवा फ्लिपकार्टसारख्या कंपन्यासुद्धा असेच इंटेलिजन्ट अल्गोरिदम्स वापरतात. त्यानुसार एखादी वस्तू विकत घेतल्यास त्याच्याशी संलग्न उत्पादने विकत घेण्याविषयी सुचवावतात. जसे, ॲक्वेरियम किंवा माशांसाठीची काचेची पेटी विकत घेतल्यास, त्याच्याशी संलग्न वाळू, फिल्टर, आदींचे विविध पर्याय अगदी विकत घेतलेल्या ॲक्वेरियमच्या किमती, तसेच आकारानुसार सुचवतात. आपण गुगलवर जे काही शोधतो, पाहतो, किती वेळ पाहतो, शोधण्यासाठी कोणते शब्द टाइप करतो, काय डाउनलोड करतो, अगदी कोणत्या देशात किंवा भागात असतो आदी सर्वांचे मशिन लर्निंगच्या विविध तंत्राचा वापर करून आपला एक साधारण स्वभाव गुगलला माहीत

सुरक्षितता वाढली

ई-मेलमधून व्हायरस येण्याचे प्रमाण आता जवळजवळ ९९.९% नी कमी झाले आहे. कारण आपल्याला येणारा प्रत्येक ई-मेल तपासला जातो. प्रत्येक ई-मेल अॅड्रेसचे मशिन लर्निंग आधारे वर्गीकरण केलेले असते. ही प्रक्रिया सतत सुरू असते. त्यामुळे सुरक्षितता अधिक मिळते. ई-मेलमधील लिहिलेल्या मजकुराच्या आधारे त्याचे वर्गीकरण प्रायमरी, जाहिरात, स्पॅम किंवा धोकादायक, सोशल, असे केले जाते. त्यावरून, इनबॉक्समधील विविध फोल्डर्समधे ईमेल्स जाऊन पडतात. सतत धोकादायक ठरणारे ईमेल्स कायमचे ब्लॉक होतात. आपल्याला आलेल्या ई-मेलमध्ये एखादे काम पूर्ण झाल्याबद्दलची विचारणा असल्यास, त्यानुसार 'काम झाले आहे', किंवा, 'होतच आले आहे', वगैरे स्मार्ट रिप्लायचे पर्याय उपलब्ध होतात. पिंटरेस्ट वेबसाइट लेन्स नावाचे मशिन लर्निंग सॉफ्टवेअरचा वापर फोटोंमधील विविध वस्तू शोधण्यासाठी करते. पिंटरेस्ट वर एखादी वस्तू आपण पाहत असल्यास त्यानुसार विक्रीची ठिकाणे सांगते.

असतो. त्यानुसार आपल्या गुगलवर दिसणारे पर्यायसुद्धा बदलत राहतात. त्यामुळे आपण वापरलेल्या शब्दांच्या आधारे शोधलेल्या माहिती देण्यासाठी गुगलवर दिसणारे पर्याय आणि भिन्न स्वभावाच्या आपल्या मित्राने वापरलेल्या शब्दांच्या आधारे गुगलवर दिसणारे पर्याय वेगळे असू शकतात. हे सर्व यूट्यूबसारख्या वेबसाइट्ससाठी सुद्धा वापरण्यात येते. आपण सबस्क्राइब केलेल्या चॅनेल्सशी संबंधित असलेले इतर विविध व्हिडिओ व चॅनेल्स आपल्याला दाखवण्यात येतात. यातून खरेतर आपले मन अधिकाधिक वाचणे, समजून घेणे व त्यानुसार कंपन्यांना आपल्याला विविध उत्पादने विकत घेण्याबद्दल सुचवणे शक्य होते. अगदी शाळा-कॉलेजांच्या जाहिरातीसुद्धा याच मार्गाने आपल्यापर्यंत पोचतात. यातून बरेच फायदेसुद्धा आहेत. जसे, साधारण आवड किंवा कल असलेल्या व्यक्तीकडेच त्यासंबंधित उत्पादनांच्या जाहिराती पोचवल्या जातात. हे उत्पादन कंपन्या तसेच ग्राहकाच्या दृष्टीने महत्त्वाचे आहे. लिंक्ड-इनसारख्या सोशल वेबसाइट मशिन लर्निंग सॉफ्टवेअरचा वापर करून प्रत्येक यूझरचे प्रोफाईल एका ठरावीक प्रकारात वर्गीकृत करतात. एखाद्या यूझरच्या किंवा उमेदवाराच्या बायोडेटाशी मिळत्याजुळत्या कंपन्यांबरोबर त्याला जोडून दिले जाते. कंपन्यांच्या नवीन भरतीसाठी एखादा बायोडेटा संबंधित असल्याचे दिसत असेल, तर त्या यूझरला किंवा उमेदवाराला त्याप्रमाणे अलर्टसुद्धा केले जाते.

बँकिंग क्षेत्राने आर्टिफिशिअल इंटेलिजन्सचा वापर ग्राहकांच्या सुरक्षिततेसाठी, तसेच नवनवीन योजना पोचवण्यासाठी खूप आधीच सुरू केला आहे. त्यामधे एखाद्या ग्राहकाच्या पैसे खर्च करण्याच्या, गुंतवणुकीच्या पद्धतीनुसार, तसेच मिळणाऱ्या पगारानुसार विविध योजनांची माहिती देणे आदींचा समावेश आहे. इंटरनेट किंवा मोबाईलचा वापर करून बँकिंगचे व्यवहार करणारा ग्राहक वापरणाऱ्या कॉम्प्युटर तसेच मोबाईलची साधारणतः माहिती बँकेकडे असते. त्यात काही विशिष्ट बदल दिसल्यास ग्राहकाची सत्यता तपासली जाते. जसे, ठरावीक पद्धतीपेक्षा वेगळा व्यवहार केल्यास किंवा नेहमीच्या खरेदीच्या जागांपासून खूप दूर व्यवहार केल्यास, ग्राहकाला काही ठरावीक प्रश्न विचारले जातात. मिळणाऱ्या उत्तरांवरूनच पुढील परवानगी दिली जाते. यातून बँकेची इंटेलिजन्ट सिस्टीम अधिकाधिक प्रगल्भ बनत जाते व संभाव्य फसवणूक टळून ग्राहकाचा अमूल्य वेळ तर वाचतोच ; पण बँकेची विश्वासार्हतासुद्धा वाढीस लागते.

कित्येक उदाहरणांपैकी ही काही ठराविकच प्रातिनिधिक उदाहरणे आहेत, ज्यांचा सर्वसामान्य माणसांशी जवळजवळ रोजच संबंध येत असतो. यावरून आपल्या हे लक्षात येईल की, आर्टिफिशिअल इंटेलिजन्स आपल्या जीवनात आपण रोजच कित्येक वेळेला

वापरात असतो. त्याचे चांगले परिणामही दिसत आहेत. त्यातून आपल्या कित्येक दैनंदिन गोष्टी अधिक सुरळीत व सुरक्षित तसेच स्वस्त व सहज होत आहेत. जसजसे आपल्या दैनंदिन कामात कॉम्प्युटर, इंटरनेट, तसेच डिजिटल तंत्रांचा वापर वाढत जाईल, तसतसे आर्टिफिशिअल इंटेलिजन्सचा वापरही वाढतच जाईल. जगाच्या बरोबर राहण्यासाठी नव्हे, तर चार पावले पुढे जाण्यासाठी देखील त्याचा वापर अपरिहार्य आहे. त्यामुळे, या तंत्राला कोसण्यापेक्षा त्याला आत्मसात करणे, हेच खरे प्रगतीच्या दिशेने पडणारे पाऊल आहे. हे मात्र महत्त्वाचे आहे, की जसे प्रत्येक नाण्याला दोन बाजू असतात, तसेच प्रत्येक तंत्रज्ञानाला सुद्धा नैतिक आणि अनैतिक अशा दोन बाजू असतात. जेव्हा अगदी दररोजच्या वापरात स्त्रिया व अबालवृद्धसुद्धा आर्टिफिशिअल इंटेलिजन्सचा वापर करत आहेत, तेव्हा त्याच्या बऱ्या-वाईट बाजू आणि उपयोगांबद्दल सतत जागरूकता निर्माण करत राहणे, कायदे निर्माण करणे, त्यात सुधारणा करत राहणे आणि त्यानुसार सकारात्मक उपाययोजना आखत राहणे क्रमप्राप्त आहे.

❖   ❖   ❖

मन वाचण्याबरोबरच उपचारांमध्ये मदत

अमेरिकेतील गार्टनर या वित्तीय क्षेत्रातील आघाडीच्या कंपनीच्या अहवालानुसार जगातील जवळजवळ ३५ टक्क्यांहून अधिक कंपन्या प्रत्यक्ष किंवा अप्रत्यक्षपणे आर्टिफिशिअल इंटेलिजन्सचा वापर करत आहेत. जगातील कित्येक देशांप्रमाणे मागील वर्षी आर्टिफिशिअल इंटेलिजन्स आणि मशिन लर्निंगच्या परिणामकारक व प्रभावी उपयोगासाठी भारत सरकारने तरतूद करण्यास सुरूवात केली आहे. मोठ्या कंपन्यांबरोबरच कित्येक स्टार्टअप्स सुद्धा त्याचा लाभ घेऊन पुढे जात आहेत. वित्तीय, आरोग्यसेवा, विमान वाहतूक, संरक्षण आदी. क्षेत्रांत आर्टिफिशिअल इंटेलिजन्सचा वापर वाढत आहे. मागच्या वर्षीपासून सुरू झालेल्या कोरोना महामारीमुळे आर्टिफिशिअल इंटेलिजन्सचे महत्त्व आता शिक्षण, शेती यांबरोबरच इतरही क्षेत्रांत अधोरेखित होऊ लागले आहे. मानसशास्त्रासाठीही याचा आता उपयोग होऊ घातला आहे. एखाद्याच्या मनातील भाव, चलबिचल, तसेच साधारणपणे कोणत्या तरी विशिष्ट विषयाबद्दलचे मत समजून घेणे हा मानसशास्त्रासाचा एक भाग आहे. आपणही सामान्यपद्धतीने पुढील व्यक्तिच्या साधारण स्वभावाचा अंदाज घेऊन आपल्या परीने वागत असतो. आर्टिफिशिअल इंटेलिजन्सच्या विविध तंत्रांचा वापर आता एखाद्याचे मन किंवा मेंदूतील विचार समजून घेण्यात होऊ लागला आहे. आपल्या इंटरनेटवरील सर्चच्या पद्धतीनुसार आपल्या आवडीनिवर्डींचा साधारण अंदाज इंटेलिजन्ट अल्गोरिदम्सना येत असतो. हे आता नवीन नाही. त्यात बऱ्याच त्रुटी देखील आहेत. पण आता मेंदूतील संकेतांचा व हालचालींचा ठाव घेऊनही हे आता अधिक प्रभावीपणे शक्य होणार आहे. त्याच्या विविध पैलूंचा धांडोळा येथे घेत आहे.

मेंदूतील माहिती वाचण्यासाठीच्या फेसबुकने अनुदानित केलेल्या एक प्रकल्पावर

सॅनफ्रान्सिस्कोतील कॅलिफोर्निया विद्यापीठातील प्राध्यापक डॉ. जोसेफ मॉकिन सध्या काम करत आहेत. त्यांनी एका प्रयोगावरून मेंदूतील हालचालींची नोंद केली. त्यामध्ये त्यांनी काही अपस्मार आजाराने त्रस्त असलेल्या महिलांच्या डोक्यावर सेन्सर्स बसवले व त्यांना २५० शब्दांपासून बनवलेले विविध वाक्ये मोठ्याने उच्चारण्यास सांगितले. ती वाक्ये उच्चारत असताना सेन्सर्सने मेंदूतील हालचालींची नोंद केली. त्या हालचालींचे पुढे आर्टिफिशिअल न्यूरल नेटवर्क या मशिन लर्निंग तंत्राचा वापर करून अंकांमध्ये तसेच वाक्यांमधे रूपांतर केले. ही वाक्ये महिलांनी वाचलेल्या वाक्यांशी बऱ्याच अंशी जुळणारी होती. अर्थात, प्रत्येक प्रौढ माणसाकडे साधारणपणे काही लाख शब्दांचे भांडार असते, त्यामानाने २५० शब्दांवर केलेला प्रयोग खूपच तोकडा आहे. परंतु डॉ. जोसेफ मॉकिन यांनी यशस्वी करून दाखवलेल्या छोटेखानी प्रयोगावरून मूकबधिर तसेच अर्धांगवायू किंवा पक्षाघात झालेल्या लोकांना आशेचा किरण नक्कीच दिसतो आहे. जेणेकरून अशा लोकांच्या मेंदूतील संकेत समजून घेता येतील व त्यांना आर्टिफिशिअल इंटेलिजन्सद्वारे

इंटेलिजन्ट रोबोटिक्स क्षेत्रातील प्रख्यात शास्त्रज्ञ डॉ. इयान पिअर्सन यांच्या मते पुढील दशकाच्या शेवटी मेंदूतील हालचालींवरून, संकेतांवरून रोजच्या जीवनातील जटिल समस्या सोडवणे आता शक्य होऊ शकते. आज हे अगदी प्राथमिक स्वरूपाचे संशोधन वाटत असले तरी त्याचे संरक्षण व गुन्हेगारी रोखण्यात नक्की होऊ शकतो. विमानतळावरील प्रवाशांच्या मेंदूतील संकेत, तसेच न्यूरॉन्सच्या माहितीचे विश्लेषण करता येईल व संभाव्य धोका ओळखता येऊ शकेल. तसेच पोलीस तपासमधे 'कसून चौकशी' करण्याची गरज उरणार नाही. इंटेलिजन्ट अल्गोरिदम्सने सुसज्ज हेल्मेट संशयिताच्या डोक्यावर बसवल्यावर संपूर्ण मेंदूच वाचता येईल.

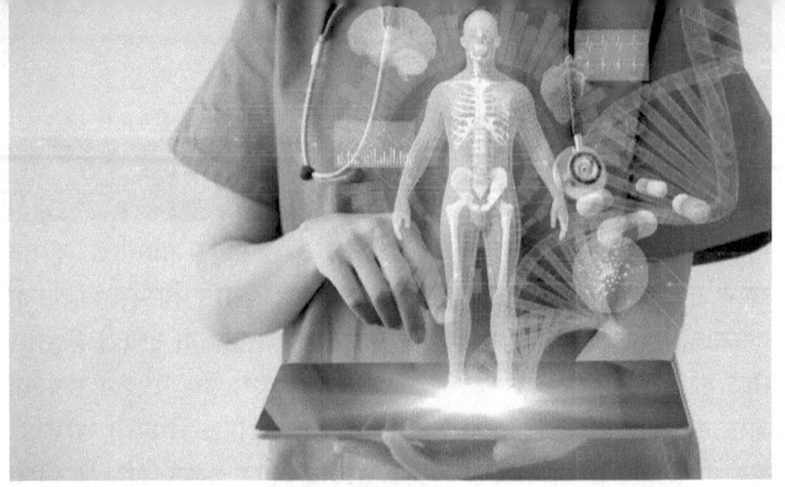

बोलते करता येईल, अर्थात त्यासाठी अशा लोकांना शरीराच्या एकाही स्नायूची हालचाल करावी लागणार नाही, हे महत्त्वाचे. अमेरिकेतील रीव्ह फाउंडेशन या स्वयंसेवी संस्थेच्या अहवालानुसार एकट्या अमेरिकेत ५० लाखांहून अधिक लोक अर्धांगवायू किंवा पक्षाघाताने त्रस्त आहेत. त्यामुळे अमेरिकेतील लोकांबरोबरच जगातील अशा कोट्यवधी लोकांसाठी हे एक वरदान ठरू शकते. फेसबुक त्याच्या पुढील सुधारणेवर सुद्धा काम करते आहे. ते म्हणजे आपल्या मेंदूतील संकेत समजून घेऊन त्यानुसार उपकरणे नियंत्रित करणे. जसे गर्मी वाढल्यानंतर आपल्याला थंडावा मिळण्यासाठी पंखा चालू करावा असे वाटल्यास, मेंदूतील न्यूरॉन्समधे त्यानुसार झालेली माहितीची देवाणघेवाण, संकेत, बदल आर्दींना सेन्सर्सद्वारे समजून घेऊन त्याचे आर्टिफिशिअल इंटेलिजन्स अल्गोरिदम्स वापरून योग्य अर्थ लावण्यात येईल व त्यानुसार पंखा चालू करण्यासाठीच्या योग्य सूचना कॉम्प्युटर नियंत्रित पंख्याला देण्यात येतील. हे केवळ एक सर्वसामान्य उदाहरण आहे. अशा एक ना अनेक उपयोगांची यादीच बनवता येईल. याच धर्तीवर अमेरिकेतील प्रसिद्ध उद्योगपती एलन मस्क यांची न्यूरालिंक ही कंपनी एका विशिष्ट प्रकारचे लवचिक धागे बनवत आहे. हे धागे मेंदूमधे बसवून कॉम्प्युटर तसेच मोबाईल फोन्स वापरणे शक्य होईल असा कंपनीचा दावा आहे. काही तज्ज्ञांच्या मते उंदरांवर तसेच माकडांवर हे प्रयोग बऱ्याच अंशी यशस्वी झाले आहेत. लवकरच याची प्रायोगिक चाचणी अपेक्षित आहे.

फिनलंडमधील हेलसिंकी विद्यापीठ व डेन्मार्कमधील कोपेनहेगेन विद्यापीठाने केलेल्या एका संयुक्त संशोधनानुसार आता मेंदूतील संकेत व न्यूरॉन्समधील माहितीची देवाणघेवाण समजून घेऊन त्यानुसार चित्रे सुद्धा बनवता येऊ लागली आहेत. या संदर्भातील लेख नुकताच फेब्रुवारी २०२१ मध्ये एका प्रतिष्ठित नियतकालिकेतील प्रसिद्ध झाला आहे. संशोधकांनी ३० स्वयंसेवकांना काही चेहरे असलेले फोटो दाखवले. त्यातील सर्वात आवडत्या चेहऱ्याकडे जास्त वेळ बघण्यास सुद्धा सांगण्यात आले. प्रत्येक फोटो

पाहताना त्यांच्या मेंदूची प्रतिक्रिया इलेक्ट्रोसेफॅलोग्राफी, अर्थात ईईजीद्वारे नोंदली गेली. त्या नोंदलेल्या माहितीच्या आधारे मशिन लर्निंग अल्गोरिदम्स वापरून कॉम्प्युटरला शिकवण्यात आले. त्यानुसार अल्गोरिथमने सर्वांत जास्त आवडलेल्या चेहऱ्यामधे थोडे बदल करून अधिक सुंदर बनवला. हा फोटो स्वयंसेवकाला दाखवल्यानंतर ईईजीच्या नोंदी आधीच्या प्रयोगाप्रमाणेच दिसून आल्या आहेत. संशोधकांच्या निष्कर्षानुसार तुमच्या स्वभावानुसार आणि आवडीनुसार आर्टिफिशिअल इंटेलिजन्स आता तुम्हाला फोटो पाठवू शकेल, आधीच्या फोटोंमधे बदल करू शकेल. कॅनडास्थित टोरोंटो विद्यापीठातील अशाच एका संशोधनानुसार, १३ स्वयंसेवकांना १४० फोटो दाखवण्यात आले. त्यांच्या ईईजी नोंदीनुसार त्यांना आवडलेला फोटो शोधण्यात आला. हा प्रयोग जवळजवळ १०० टक्के यशस्वी झाला आहे. जपानमधील क्योटो विद्यापीठात ईईजीच्या ऐवजी रक्तप्रवाहातील बदलाच्या नोंदींवरून आवडनिवड ओळखण्यावर संशोधन शेवटच्या टप्प्यात आहे.

कित्येक आर्टिफिशिअल इंटेलिजन्स क्षेत्रातील कंपन्या आता ईईजी किंवा सेन्सर्स अंगावर किंवा डोक्यावर बसवण्यापेक्षा दुरूनच येनकेनप्रकारे मेंदूतील बदल शोधण्यावर भर देत आहेत. या संदर्भात साधक आणि बाधक असे दोन्ही पैलू आहेत. त्यातील दुरुपयोगांचा विचार केल्यास मात्र एखाद्या कंपनीच्या सॉफ्टवेअरने आपल्या मेंदूतील माहिती शोधणे आणि समजून घेणे हे एक मोठे संकट ठरू शकते. ती माहिती चुकीच्या हातात पडू शकते, त्यानुसार प्रत्येक व्यक्तीचा स्वभाव, आवडीनिवडी, तसेच अगदी अत्यंत खासगी विचार सुद्धा दुसऱ्याला समजू शकतात. आधी सांगितल्याप्रमाणे मूकबधिर व अर्धांगवायू किंवा पक्षाघात झालेल्या लोकांना किंवा राष्ट्रीय सुरक्षा गुन्हेगारीच्या दृष्टीने हे वरदान ठरू शकते, उलटपक्षी सामान्य लोकांसाठी मात्र ही एक डोकेदुखी ठरू शकते. कोणतेही तंत्रज्ञान हे स्वतः तटस्थच असते. त्याचा वापर करणाऱ्यांच्या उद्देशावर परिणाम ठरत असतात. उदात्त हेतूच्या बुरख्याआड आपली अत्यंत खासगी माहिती मिळवली जाऊ शकते. तीच पुढे वेगवेगळ्या जाहिरात करणाऱ्या कंपन्या किंवा देशांतर्गत वा बाहेरील व्यक्तींपर्यंत पोचवली जाऊ शकते. देशातील महत्त्वाच्या व्यक्तींच्या मेंदूतील माहिती चोरली जाऊ शकते. महत्त्वाच्या व्यक्तींमधे प्रशासकीय, संरक्षण विभागातील व्यक्तींचा सुद्धा समावेश पाहता राष्ट्रीय सुरक्षेच्या दृष्टीने लवकरच पावले उचलणे गरजेचे आहे. त्याचप्रमाणे, आपल्या देशातील समाजरचना व गुंतागुंत पाहता यासाठी लवकरच आचारसंहिता व कायदे लागू करणे गरजेचे आहे. अन्यथा त्याचे गंभीर परिणाम नजीकच्या काळात भोगावे लागू शकतात.

❖ ❖ ❖

पूर्वग्रह, जोखीम आणि सकारात्मकता

विश्वातील कोणतेही तंत्रज्ञान तटस्थच असते. त्याच्या वापराचा उद्देश, त्याचा उपयोग आणि परिणाम ठरवत असते. तंत्रज्ञानाला मित्र समजून आपले काम हलके करण्यासाठी, कार्यक्षमता वाढवण्यासाठी केल्यास चांगले परिणाम दिसू शकतात. जसे, आण्विक तंत्रज्ञानाचा वापर संहारक अणुबॉम्ब बनवण्यासाठी होतो, तसेच त्याचा वापर वीज बनवण्यासाठी, कीटकनाशकांमध्ये, गुन्हेगारी तपासासाठी, कर्करोगावरील उपचार आर्दींसाठी सुद्धा होतो. असेच इंटरनेटच्या बाबतीतही आहे. त्याचा उपयोग प्रामुख्याने माहितीची देवाणघेवाण, उपलब्धता, शिक्षण आर्दींतील सहजता वाढवण्यासाठी होतो, परंतु समाजातील काही घटक त्याचा उपयोग माहिती चोरण्यासाठी, अफवा पसरवण्यासाठी आणि इतर गैरवापरासाठीही करतात.

आर्टिफिशिअल इंटेलिजन्सचा वापर शेती, विमान व रस्ते वाहतूक, आरोग्य, शिक्षण, दळणवळण आदी क्षेत्रांत दिवसागणिक वाढतो आहे, त्याचे सकारात्मक परिणामसुद्धा दिसत आहेत. परंतु दुसऱ्या बाजूला काही नामांकित शास्त्रज्ञांनी व विचारवंतांनी आर्टिफिशिअल इंटेलिजन्सच्या जवळजवळ प्रत्येक क्षेत्रातील वाढत्या प्रभावाच्या परिणामांबद्दल चिंतासुद्धा व्यक्त केलेली आहे.

इंग्लंडमधील जगप्रसिद्ध भौतिक, तसेच खगोलशास्त्रज्ञ स्टीफन हॉकिंग्स यांनी २०१७ साली पोर्तुगालमधील लिस्बन येथे भरलेल्या एका आंतरराष्ट्रीय परिषदेत आर्टिफिशिअल इंटेलिजन्सच्या वाढत्या प्रगल्भतेबद्दल व वापराबद्दल भीती व्यक्त केली होती. त्यांच्या मते आर्टिफिशिअल इंटेलिजन्सचा उदय हा आधुनिक जगातील सर्वांत मोठी व महत्त्वाची घटना आहे. येत्या काही दशकांत आर्टिफिशिअल इंटेलिजन्स मानवापेक्षाही

बुद्धिमान व हुशार होऊ शकतो. त्याच्या बुद्धिमत्तेच्या वाढीचा वेग मानवाच्या तुलनेत बराच जास्त राहण्याची शक्यताही त्यांनी वर्तवली आहे, ज्यामुळे मानव या तंत्रज्ञानाशी स्पर्धा करू शकणार नाही व संपूर्ण मानवजातीला आर्टिफिशिअल इंटेलिजन्स आपल्या जाळ्यात ओढून वेठीस धरण्याची शक्यता आहे. जसे कॉम्प्युटर व्हायरस बनवले जातात, तसेच इंटेलिजन्ट सॉफ्टवेअर्स स्वतःपासून दुसरा अधिक इंटेलिजन्ट सॉफ्टवेअर जन्माला घालतील. अशा सॉफ्टवेअर्सची नवीन प्रजाती जन्माला येऊ शकते जी मानवाला सर्व आघाड्यांवर ठरवण्यात सक्षम असेल.

हवामानातील बदल, वाढते तापमान, वाढती लोकसंख्या आदींशी आपण लढत आहोतच, पण आर्टिफिशिअल इंटेलिजन्स ही एक नवीन समस्या होऊ घातली आहे, असेही त्यांचे म्हणणे होते. परंतु, आर्टिफिशिअल इंटेलिजन्स स्टीफन हॉकिंग्स यांच्यासाठी वरदान ठरलेले होते. मज्जासंस्थेशी संबंधित एका दुर्धर आजारामुळे १९८५ पासून ते बोलू शकत नसत, तसेच पुढे त्यांचे लिखाण व संपूर्ण शरीराची हालचाल

टेस्ला व स्पेस-एक्स या अंतराळाशी संबंधित कंपनींचे संस्थापक व सुप्रसिद्ध उद्योजक एलन मस्क यांनी अमेरिकेतील टेक्सास येथे २०१८ मध्ये भरलेल्या एका आंतरराष्ट्रीय परिषदेत आर्टिफिशिअल इंटेलिजन्सबद्दल भीती व्यक्त केली होती. त्यांच्या मते नजीकच्या भविष्यात आर्टिफिशिअल इंटेलिजन्स हे अणुबॉम्बपेक्षाही संहारक ठरू शकते. त्यांनी त्या संदर्भात दिलेले चिनी रणनीती व डावपेचांवर आधारित खेळातील इंटेलिजन्ट खेळाडूचे उदाहरण महत्त्वाचे आहे. लंडनस्थित डीप-माइंड कंपनीने बनवलेला अल्फागो-झीरो नावाचा हा खेळाडू स्वतःशीच खेळून स्वतःला उत्तमोत्तम बनवत गेला. विशेष म्हणजे, त्यासाठी त्याला मानवाकडून कोणत्याही माहितीची त्याला गरज नव्हती. याबद्दलचे संशोधन २०१७ साली 'नेचर' या नियतकालिकेत प्रकाशित झाले आहे.

थांबली. परंतु मेंदू मात्र तेवढाच तल्लख होता. केवळ त्यांच्या दुर्दम्य इच्छाशक्तीच्या जोरावर व आर्टिफिशिअल इंटेलिजन्समुळे त्यांना आपले संशोधन व लिखाण पुढे चालू ठेवता आले. त्यासाठी अमेरिकेतील इंटेल कंपनीने बनवलेले इंटेलिजन्ट सेन्सर्स त्यांच्या गालातील एका स्नायूच्या हालचालींवरून, तसेच त्यांनी आतापर्यंत लिहिलेल्या लेखांतील तसेच पुस्तकांतील माहितीच्या आधारे त्यांना काय म्हणायचे आहे त्याचा अंदाज घेणारे मशिन लर्निंग सॉफ्टवेअर ते वापरत असत. त्या आधारे, ते लिहीत आणि बोलत असत.

सुप्रसिद्ध उद्योजक एलन मस्क यांच्या मते, आर्टिफिशिअल इंटेलिजन्स क्षेत्रातील शास्त्रज्ञांनी व तज्ज्ञांनी त्यांच्या संशोधन व वापराच्या सध्याच्या संकल्पनेपेक्षाही पुढचा विचार केला पाहिजे. त्यांच्या मते, असे इंटेलिजन्ट सॉफ्टवेअर्स नियंत्रणाबाहेर गेले किंवा नेण्यात आले तर त्याच्या परिणामांची कल्पनासुद्धा करता येणार नाही. त्या अनुषंगाने, लवकरात लवकर देश तसेच जागतिक पातळीवर काही नियम, कायदे आदी ठरवण्यावर ते भर देत आहेत. २०१७ सालापासून युरोपियन युनियनमधे तेथील कायदेतज्ज्ञ, संसदेतील सभासद यावर खल करत आहेत.

लवकरच आर्टिफिशिअल इंटेलिजन्सच्या नैतिक-अनैतिक वापराबद्दल मार्गदर्शक तत्त्वे समोर येणे अपेक्षित आहे. दुसऱ्या बाजूला विरोधाभास म्हणजे, एलन मस्क यांची न्यूरालिंक ही आर्टिफिशिअल इंटेलिजन्स क्षेत्रातील कंपनी एका विशिष्ट प्रकारचे लवचिक धागे बनवत आहे. हे धागे मेंदूमधे बसवून मशिन इंटेलिजन्सच्या मध्यांतून कॉम्प्युटर तसेच मोबाईल फोन्स वापरणे शक्य होईल, असा कंपनीचा दावा आहे. त्याचबरोबर टेस्लाची पूर्णपणे स्वयंचलित इंटेलिजन्ट कारसुद्धा आर्टिफिशिअल इंटेलिजन्सची अत्यंत प्रगत आवृत्ती म्हणता येईल.

आर्टिफिशिअल इंटेलिजन्सच्या काही साधक उपयोगांवर आपण हात फिरवू. वैद्यकीय आणि आरोग्य क्षेत्रात त्याचा वापर वेगाने वाढतो आहे. रुग्णाची वैद्यकीय पार्श्वभूमी, चाचण्यांचे निकाल, खाण्यापिण्याच्या सवयी आणि इतर बाबींवरून भविष्यातील धोक्याच्या सूचना देणारे एक्स्पर्ट सिस्टीम्स बनवण्यात आलेले आहेत. मायसिन हे त्याचे उत्तम उदाहरण आहे. हॉस्पिटलसाठी आठवड्याच्या किंवा महिन्याच्या शस्त्रक्रियांचे वेळापत्रक बनवणे हे एक किचकट काम असते. शस्त्रक्रियांसाठी योग्य दिवस व वेळ आखून देण्यासाठी इंटेलिजन्ट अल्गोरिदम्स वापरण्यात येऊ लागले आहेत. त्यामुळे, डॉक्टरांचा अमूल्य तर वेळ वाचतो, तसेच हॉस्पिटलसची जागा, बेड्स, नर्सेस, औषधे आदी संसाधनाचे आगाऊ नियोजन करणे व योग्य प्रमाणात

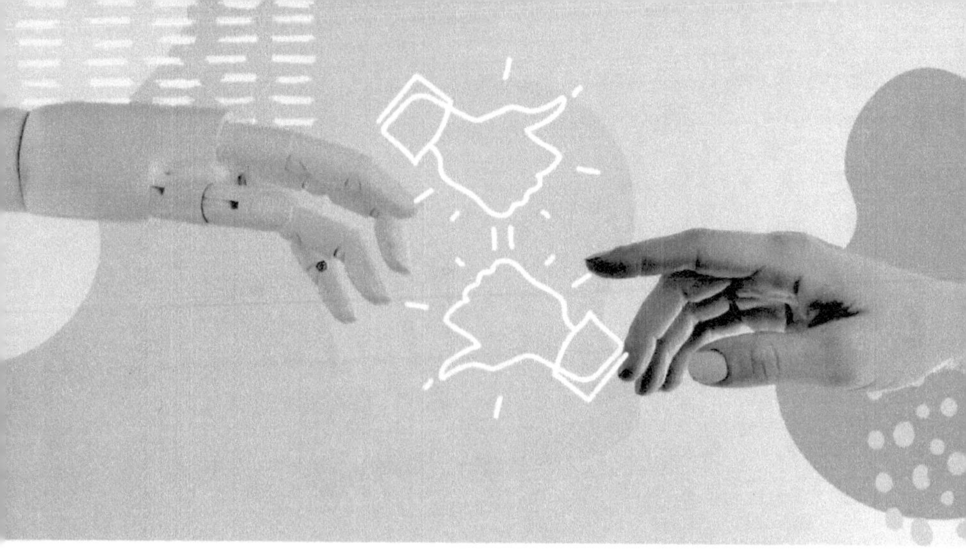

वापरणे शक्य होत आहे.

काही एक्स्पर्ट सिस्टीम्स घरातील किंवा सोसायट्यांमधील पाणी तसेच वीज वापराचे योग्य नियमन करून कमीत कमी वापर करण्यावर भर देतात. त्याचबरोबर शहरांमधील पाणी वितरणातील संभाव्य बिघाडाची आगाऊ सूचना देऊ करणाऱ्या एक्स्पर्ट सिस्टीम्ससुद्धा वापरण्यात येतात. विन-नाऊ नावाची दुबईस्थित कंपनीने बनवलेले इंटेलिजन्ट सेन्सर्स मशिन लर्निंगच्या माध्यमातून रेस्टॉरंट्समधील वाया जाणाऱ्या अन्नाच्या घटकांचे वर्गीकरण करून त्याची किंमत, वेळ आदींचे विश्लेषण देतात. त्यावरून रेस्टॉरंट पुढील बचतीचे धोरण ठरवते.

आपत्ती व दुर्घटनेच्या स्थितीत तर आर्टिफिशिअल इंटेलिजन्स एक भरवशाचा मित्र असू शकतो. उदाहरणार्थ, २०११ साली जपानच्या फुकुशिमा आण्विक ऊर्जा केंद्राचा महत्त्वाचा भाग भूकंपामुळे उद्ध्वस्त झाला, तसाच १९८६ साली युक्रेनमधील चेर्नोबेल येथे स्फोट झाला होता. तेथे किरणोत्सर्ग सुरू झाला. अशा ठिकाणी मानवाने जाऊन पाहणी करणे अत्यंत धोकादायक असते. इंटेलिजन्ट रोबोट्स यासाठी अत्यंत उपयोगाचे ठरतात. मी स्वतः असे इंटेलिजन्ट सॉफ्ट रोबोट्स बनवले आहेत, जे एका थव्याच्या स्वरूपात अशा भागात जाऊन पाहणी करतात, फोटो घेतात, माहिती गोळा करतात आणि सर्वजण एकत्रितपणे बाहेर येतात.

कित्येक देशांच्या संरक्षण प्रयोगशाळा इंटेलिजन्ट ड्रोन्सचा वापर करण्याकडे भर देत आहेत. जगातील जेथे ६५ टक्क्यांहून अधिक जनता शेतीवर अवलंबून आहे, त्यांच्यासाठी संसाधनांचा योग्य वापर, कमीत कमी खत व पाण्यात जास्तीत जास्त वापर करण्यासाठी इंटेलिजन्ट रोबोट्स, परागीकरणाराठी छोट्या उडणाऱ्या रोबोटिक

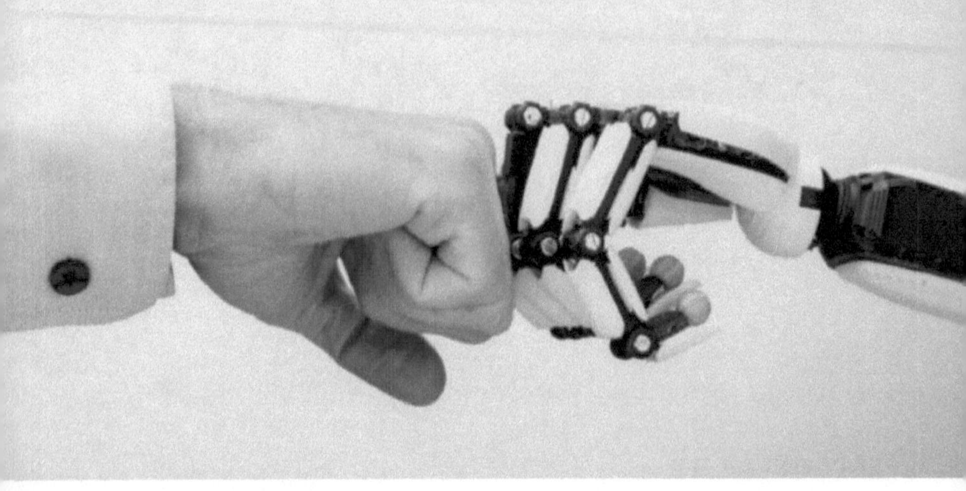

मधमाश्यांचा उपयोग आता अनिवार्य होत आहे. त्याचबरोबर झाडांच्या पानांच्या तसेच बी-बियाण्यांच्या फोटोंचे विश्लेषण करून रोगाचे निदान मशिन लर्निंगमुळे शक्य होत आहे.

गाड्यांमुळे व कारखान्यांतील धुराच्या प्रदूषण नियंत्रणासाठी आवश्यक मोजमाप अधिक अचूकतेने व शहरातील जास्तीत जास्त भागात होण्यासाठी इंटेलिजन्ट सेन्सर्सचा वापर चीन, इंग्लंड, युगांडासारखे देश करत आहेत. त्यातून प्रदूषणासारख्या गंभीर समस्येवर तोडगा निघण्यास मदत होणार आहे. कचरा वर्गीकरण करण्यासाठी मशिन लर्निंग तंत्रांचा वापर आता नवीन नाही, पण त्याचबरोबर नमामि गंगे प्रकल्पात नदीतील कचरा शोधणे व उचलणे याकडेही आता शास्त्रज्ञांनी झेप घेतली आहे.

गुन्हेगारी रोखण्यासाठी अमेरिकेसारख्या बहुवंशीय समाजात मशिन लर्निंगमुळे डीएनएचे विशिष्ट वंशाच्या आधारे वर्गीकरण करणे शक्य होत आहे. त्यामुळे गुन्हेगारांना शोधण्यासाठीचा आवाका कमी होण्यात प्रचंड मदत होत आहे.

हे सामान्य जनतेसाठी अत्यंत महत्त्वाचे उपयोग पाहिल्यास आर्टिफिशिअल इंटेलिजन्सच्या स्वीकृतीकडे सर्वच देशांचा व कंपन्यांचा कल वाढणे स्वाभाविक आहे. भविष्यातील वेध व उपयोगांबद्दलचा अंदाज पाहता आर्टिफिशिअल इंटेलिजन्सची प्रगती अजूनही प्राथमिक स्वरूपाचीच आहे. परंतु आतापर्यंचे सर्व उपयोग हे सर्वंकष आणि समाजोपयोगी किंवा लोकोपयोगी उद्देश समोर ठेवूनच झालेले दिसतात.

विशेष म्हणजे पुढील प्रगतीसाठी मनुष्यबळाची नितांत गरज आपल्या देशाला

अगदी नजीकच्या काळात लागणार आहे. त्यासाठी विद्यापीठांनी, सरकारांनी व कंपन्यांनी एकत्र आले पाहिजे व थेट उपयोगी ठरणारे मनुष्यबळ विकसित केले पाहिजे. त्यामध्ये तंत्रज्ञान विकसित करण्याची क्षमता तर असलीच पाहिजे, पण जाणीवपूर्वक नैतिकतेचे पालन करण्याचे संस्कारसुद्धा असले पाहिजेत. तरच खऱ्या अर्थाने आर्टिफिशिअल इंटेलिजन्स आधुनिक जगासाठी तसेच आपल्या पुढील अनेक पिढ्यांसाठी वरदान ठरेल, हे नक्की.

२६

भावी तंत्रज्ञानाचा कल

साधारणपणे अठराव्या शतकाच्या उत्तरार्धापासून म्हणजेच पहिल्या औद्योगिक क्रांतीपासून विविध कारखान्यांतून होणाऱ्या उत्पादनांच्या पद्धती, ग्राहकांसाठी उत्पादनांमधे नवनवे बदल करण्यासाठी, विश्वासार्हता वाढीस लावण्यासाठी, तसेच उत्पादनाचा वेग वाढवण्यासाठी, तसेच खर्च कमी करण्यासाठी खरेतर 'ऑटोमेशन' ला सुरूवात झाली. सीएनसी, कॉम्प्युटर नियंत्रित मशिन्स आदींपासून सुरूवात करून आता आपण आर्टिफिशिअल इंटेलिजन्सच्या युगात प्रवेश केला आहे. आता जवळपास प्रत्येक क्षेत्रात याचा वापर होत आहे आणि नजीकच्या काळात त्याचा आवाका अधिक विस्तारणार हे नक्की. पण त्याचबरोबर, कॉम्प्युटर हार्डवेअर, तसेच कॉम्प्युटर प्रोसेसिंग चिप्स, सेन्सर्स आदीं संदर्भात झालेल्या क्रांतीमुळे, त्याचबरोबर 4G आणि येऊ घातलेल्या 5G मुळे कामाचे स्वरूप झपाट्याने बदलत आहे. पुढील संपूर्ण दशक या बदलाचा साक्षीदार असेल यात शंका नाही. त्या संदर्भातील महत्त्वाच्या बदलांचा, उद्योग धंद्यांसमोरील आव्हानांचा, त्याचबरोबर कोविड-१९ सारख्या नैसर्गिक संकटांमुळे तंत्रज्ञानांत अधिक तीव्र स्वरूपात होणाऱ्या परिवर्तनांचा थोडक्यात ऊहापोह येथे घेत आहे.

शेअर मार्केट, शेती, अन्नप्रक्रिया, उत्पादन, वाहतूक, खेळ आदी एक ना अनेक क्षेत्रांत आर्टिफिशिअल इंटेलिजन्सचा वापर वाढत आहे. याचबरोबर संरक्षण, औषध निर्माण, वैद्यकीय सल्ला, निदान, स्वयंचलित वाहने आदी क्षेत्रांतील वाढता उपयोग पाहता, आर्टिफिशिअल इंटेलिजन्सने दिलेल्या उत्तराचा किंवा सुचवलेल्या उपायांचा, तसेच निर्णयाच्या मागील कारणे, त्यामागील पारदर्शकता यूझरला कळणे किंवा समजणे

फार गरजेचे आहे. साधारणपणे मशिन लर्निंग अल्गोरिदम्स, जसे आर्टिफिशिअल न्यूरल नेटवर्क्स, डीप लर्निंग अल्गोरिदम्स,आदींमधे यूझरला अल्गोरिथमने घेतलेल्या निर्णयांची कल्पना दिली जात नाही. परंतु, वर नमूद केलेल्या जीवन-मरणाशी निगडित क्षेत्रांतील आर्टिफिशिअल इंटेलिजन्सचा वाढता वापर पाहता, यूझरला निर्णयांमागची कारणमीमांसा कायद्याने बांधील असणे आवश्यक आहे. याला एक्सप्लेनेबल आर्टिफिशिअल इंटेलिजन्स (एक्सएआय) असे संबोधतात. कारणमीमांसेबरोबरच, उत्तराची अचूकता सुद्धा सांगणे अपेक्षित आहे. त्याचबरोबर, वापरण्यात येणारी किंवा अपेक्षित असणारी इंटेलिजन्ट सिस्टीम कोणत्या प्रकारच्या समस्या सोडवू शकते कोणत्या प्रकारच्या नाही हेसुद्धा यूझरला सांगता आले पाहिजे. अमेरिकेच्या 'डार्पा' या सरंक्षण संबंधी संस्थेने यामध्ये जोमाने काम सुरू केले आहे. अजूनही प्राथमिक स्वरूपात असलेल्या एक्सप्लेनेबल आर्टिफिशिअल इंटेलिजन्समधे पुढील २ ते ५ वर्षांत मोठी प्रगती होणे अपेक्षित आहे. त्यातून प्रशासकीय

'इंटरनेट ऑफ थिंग्स'मुळे संशोधनाच्या संधी

आयओटीच्या विस्तारामुळे खरेतर एक नवीन समस्या उभी राहत आहे. ती म्हणजे, आयओटी उपकरणांचे क्लाऊडबरोबर सतत होणारी माहितीची देवाणघेवाण, तसेच क्लाऊडवर सतत होणारे विश्लेषण, यामुळे यंत्रणेवरचा लोड वाढतो आहे. ज्या वेगाने आयओटी उपकरणांची संख्या वाढत आहे, त्या दृष्टीने यंत्रणेवरचा लोड प्रचंड प्रमाणात वाढणार तर आहेच, पण त्यामुळे विश्लेषण करण्यासाठी लागणारा वेळसुद्धा वाढणार आहे. या समस्येवर तोडगा म्हणजे 'एज कॉम्प्युटिंग'. या संकल्पनेत, क्लाऊडपेक्षा कमी कॉम्प्युटिंगची क्षमता असलेले कॉम्प्युटर्स ठरावीक क्षेत्रातील काही आयओटी उपकरणांच्या माहितीचे स्थानिक पातळीवर विश्लेषण करून मोजकी, गरजेपुरती व महत्त्वाची माहितीच क्लाऊडकडे पाठवतात. त्यामुळे कॉम्प्युटिंगचा महत्त्वाचा वेळ वाचतो, त्याचबरोबर विश्वासार्हतासुद्धा वाढीस लागते. पुढील कित्येक वर्षे 'एज कंप्युटिंग'मध्ये आवश्यक बदल केले जातील. त्यातून रोजगाराच्या, तसेच संशोधनाच्या प्रचंड उपलब्ध होतील.

निरीक्षणाखाली आर्टिफिशिअल इंटेलिजन्सच्या निर्णयप्रक्रियेवर वचक राहील, त्याचबरोबर सामान्य लोकांचा विश्वास वाढीस लागेल व दैनंदिन जीवनात वापर वाढू लागेल.

इंटरनेट ऑफ थिंग्स, म्हणजेच आयओटी हा आर्टिफिशिअल इंटेलिजन्सचा एक महत्त्वाचा उपयोग ठरत आहे. ज्यामध्ये विविध सेन्सर्स एकमेकांशी एका क्लाऊड प्लॅटफार्मवर जोडले जातात. त्या सेन्सर्सकडून सतत माहिती गोळा केली जात असते. त्याचे इंटेलिजन्ट अल्गोरिदम्सच्या सहाय्याने विश्लेषण करून पुढील योग्य सुधारणा, बदल तसेच उपाय केले जातात, तसेच सुचवले जातात. उदाहरणार्थ - घरातील एअर कंडिशनर, मनगटावरील स्मार्ट घड्याळे, पंखे, फ्रिज आदी उपकरणांमधील सेन्सर्स सतत क्लाऊड प्लॅटफार्मवर माहिती पाठवत राहतात. त्याचे विश्लेषण तेथील इंटेलिजन्ट अल्गोरिदम्स करतात. त्यावरून उपकरणातील संभाव्य बिघाडाचा अंदाज बांधला जातो व त्यानुसार यूझरला सूचित केले जाते, तसेच कस्टमर केअरकडून फोन येऊन दुरुस्ती केली जाते. त्याचबरोबर उपकरणे बनवणाऱ्या कंपनीलासुद्धा बिघाडाबद्दल सूचित केले जाते. कंपनीच्या उत्पादन युनिटमधील उपकरणे त्याकरिता आवश्यक बदल करतात व संपूर्ण प्रक्रियेत बदल घडवून सुधारणा केली जाते. हे फक्त एक प्रातिनिधिक उदाहरण आहे. गाड्या, वैद्यकीय उपकरणे, मोबाईल फोन्स आदींचा वापर अगोदरच आयओटी क्षेत्रात जोमाने होत आहे. जसजशी आयओटी उपकरणे वाढत जातील तसतशी ही प्रक्रिया अधिक सोपी करण्याकडे कल वाढत जाणार आहे. प्रत्येक उपकरणाच्या अगदी छोट्यात छोट्या म्हणजे अगदी नट-बोल्ट डिझाईन करणे, बनवणे आदींच्या प्रक्रियेत सुद्धा ग्राहकांच्या सोयीनुसार त्वरित बदल होत राहतील. आयओटीचा वापर आता कार्यलयीन तसेच रहिवासी इमारती बांधतानाच होऊ घातला आहे, ज्यामुळे स्मार्ट होम्सचा वापर वाढणार आहे. बिझनेस इंटेलिजन्स इन्साईडरच्या अहवालानुसार गत सालापर्यंत साधारणपणे ३ अब्ज आयओटी उपकरणे जगभरात वापरात आली, ज्यांची किंमत १७,५०० अब्ज रुपयांच्या आसपास आहे. पुढील कित्येक दशके आयओटीच्या प्रभावाखाली प्रगतिशील राहतील हे नक्की. या माध्यमातून, उच्च दर्जाच्या रोजगाराच्या संधी आपल्या दाराशी उभ्या आहेत.

कोविड-१९ च्या संकटामुळे डिजिटल किंवा आयटी कंपन्यांचे जवळजवळ सर्व कर्मचारी घरातून काम करू लागले आहेत. त्यामुळे कंपनीचा खर्च लक्षणीयरीत्या कमी झालेला आहे व उत्पादकता वाढीस लागली आहे. परंतु, त्याचबरोबर सायबर सिक्युरिटीचा प्रश्न भेडसावतो आहे. थोडक्यात सांगायचे झाले तर, प्रत्येक कंपनीचे

कर्मचारी कंपनीत येऊन काम करायचे तेव्हा, त्यांचे कॉम्प्युटर्स, मोबाईल्स व इतर डिजिटल उपकरणांवर एक केंद्रीय यंत्रणा किंवा सॉफ्टवेअर्स देखरेख करत असत. त्यामुळे बाहेरून होणारे व्हायरसचे किंवा इतर हल्ले थांबवण्याचे व माहिती चोरीवर आळा घालण्याचे काम या यंत्रणेमार्फत होत असे. परंतु प्रत्येक कर्मचारी घरातून काम करत असल्यामुळे त्याच्या वापरात येणाऱ्या व कंपनीशी संबंधित असणाऱ्या प्रत्येक डिजिटल उपकरणांसाठी स्वतंत्र सिक्युरिटी यंत्रणा बनवणे हे एक अत्यंत आव्हानात्मक काम जोरात चालू आहे. प्रत्येक कंपनीसाठी त्यांचे शेकडो-हजारो कर्मचारी एकमेकांशी जोडणे, त्यांच्या माहितीच्या देवाणघेवाणीसाठीचे सुरक्षित जाळे उभे करणे, सुसज्जित ठेवणे, हे अत्यंत महत्त्वाचे आहे. कर्मचाऱ्यांची संख्या वाढली किंवा कमी झाली तरी सरंक्षणात कमी पडता कामा नये हे महत्त्वाचे आहे. कर्मचारी कॉम्प्युटरमध्ये लॉग इन करतानाचे सिक्युरिटी फीचर्स वाढवणे, बदलणे, ब्लॉकचेन तंत्रज्ञानाचा वापर वाढवणे आदींचा समावेश आता वाढतो आहे. काही कंपन्यांनी व स्टार्टअप्सनी आता अशा सिक्युरिटी पुरवणाऱ्या क्षेत्रांत उडी घेतली आहे. अमेरिकेतील गार्टनर या सल्लागार क्षेत्रातील कंपनीच्या अभ्यासानुसार २०२४ च्या शेवटी सर्व कंपन्यांसाठी या संदर्भातील जागतिक स्टँडर्ड्स किंवा मानके घोषित करण्यात येण्याची शक्यता आहे. याच कंपनीच्या सर्वेक्षणानुसार जगातील कमीत कमी ३० टक्के कंपन्या घरातूनच कामाला प्राधान्य देतील व त्यांना अशा सिक्युरिटी पुरवणाऱ्या त्याचबरोबर त्यासंबंधी सेवा पुरवणाऱ्या कंपन्यांची सर्वाधिक गरज असेल.

माहितीच्या देवाणघेवाणीबद्दल मोठी क्रांती येत्या दशकात होऊ घातली आहे. माहितीचा स्रोत मोबाईल फोन्स, कॉम्प्युटर्स, इंटरनेट आदी आहेतच पण तिच्या

देवाणघेवाणीचा वेग प्रचंड वाढला आहे आणि वाढतच जाणार आहे. आज एकट्या भारतात ८० कोटींहून अधिक स्मार्ट फोन्स वापरात आहेत. २०३०पर्यंत १३० कोटींहून अधिक स्मार्ट फोन्स वापरात असतील. आजमितीला जगात ६०० कोटींहून अधिक स्मार्ट फोन्स वापरात आहेत. प्रत्येक फोन महिन्याकाठी साधारणपणे ४० एक्साबाईट इतकी प्रचंड माहिती तयार करतो. ही माहिती ई-मेल्स, एसएमएस, फोटोज, व्हिडिओज, ऑडिओ, म्युझिक, फोन कॉल्स आदींच्या माध्यमातून तयार होत असते. असे जगातील साधारणपणे ६०० कोटी स्मार्ट फोन्स किती माहिती तयार करत असतील याची केवळ कल्पनाच केलेली बरी. तसेच जगात एका मिनिटाला किती माहिती तयार होते ते पाहू. एका मिनिटाला स्नॅपचॅट या ॲपद्वारे २० लाखांहून अधिक फोटो शेअर केले जातात, ४० लाखांहून अधिक वेळा गुगलवर सर्च केले जाते, १० लाखांहून अधिक लोक फेसबुकवर काही ना काही शेअर करतात, ५० लाखांहून अधिक यूट्यूब व्हिडिओ बघितले जातात, १९ कोटींपेक्षा अधिक ई-मेल्स पाठवले जातात. या सर्व माहितीचे वर्गीकरण करणे, त्यातील योग्य आणि महत्त्वाची माहिती शोधणे हे आता एक आव्हान ठरत आहे. याचे कारण म्हणजे, वर सांगितल्याप्रमाणे ही माहिती ई-मेल्स, एसएमएस, फोटोज, व्हिडिओज, ऑडिओ, म्युझिक, फोन कॉल्स आदींच्या माध्यमातून जमा होत असते. ही माहिती तयार होण्याचा वेग प्रचंड असतो. अशी माहिती साठवणे, लागलीच त्या माहितीची खातरजमा करून त्यातील आपल्या गरजेची माहिती वापरून त्याचे तितक्याच वेगाने विश्लेषण करून निष्कर्ष काढणे, निर्णय घेणे आदी महत्त्वाचे असते. अशा अत्यंत वेगाने तयार होणाऱ्या भरमसाट, तसेच वैविध्यपूर्ण माहितीला बिग डेटा असे संबोधले जाते. विविध उद्योगधंद्यांमधे बिग डेटाचे महत्त्व वाढत आहे. उदाहरणार्थ, आरोग्यसेवेशी निगडित माहिती जसे, रुग्णांच्या मुलाखती, प्रिस्क्रिप्शन्स, औषधे, विविध चाचण्यांचे रिपोर्ट्स, एक्सरे किंवा तत्सम फोटोस, रुग्णाचे वय, इतिहास, अशा एक ना अनेक गोष्टी असतात. अशी माहिती साधारणपणे दरवर्षी २५०० एक्साबाईटपेक्षा अधिक तयार होत आहे. म्हणजे साधारणपणे, ७ एक्साबाईट माहिती प्रत्येक दिवशी तयार होत आहे. हे प्रमाण दिवसागणिक वाढते आहे. मुख्य म्हणजे या माहितीचे विविध प्रकार पाहता एका चाळणीतून या सर्व माहितीला तपासणे शक्य नाही. त्यातून माहितीचे योग्य व अचूक विश्लेषण करून त्यातून उपयोगी माहिती मिळवून पुढे आजाराचे अचूक व लवकर निदान करणे, योग्य व कमी खर्चिक औषधोपचार करणे शक्य होऊ लागले आहे. या माहितीचा योग्य उपयोग होण्यासाठी, त्याची विश्वासार्हता यूझरला समजावून देणे हे आता एक्सप्लेनेबल आर्टिफिशिअल इंटेलिजन्सच्या माध्यमातून होऊ घातले आहे.

तरीही बिग डेटावर झालेले संशोधन अजूनही प्राथमिक स्वरूपाचे आहे आणि अजून कितीतरी आव्हाने पेलायची आहेत.

थोडक्यात सांगायचे तर, पुढील संपूर्ण दशक आर्टिफिशिअल इंटेलिजन्स, एज कॉम्प्युटिंग, सायबर सिक्युरिटी, आयओटी, बिग डेटा आदींशी संबंधित आव्हानांनी व्यापलेले आणि मोठी भरारी घेणारे असणार आहे. मुख्य म्हणजे ही सर्व तंत्रज्ञाने एकमेकांना पूरक आहेत, एकमेकांच्या साथीने पुढे जाते आहेत व प्रभावी होत आहेत. या नव्या तंत्रज्ञानांच्या वापरामुळे दैनंदिन जीवनात अधिक सुलभता तर येईलच, पण विश्वासार्हता वाढून, खर्चसुद्धा कमी होणार आहे. रोजगाराच्या तर असंख्य संधी उपलब्ध होणार आहेत. आपला तरुण देश माहिती तंत्रज्ञानात आधीच आघाडीवर आहे, पण आता त्याचे फायदे सर्वसामान्य माणसापर्यंत पोचवण्याचा काळ आपल्या दारात उभा आहे. त्याकडे पाठ न फिरवता, या संदर्भांतील पुस्तकी ज्ञानाला प्रत्यक्ष व्यवहाराशी जोडल्यास, पुढील दशकातील संधींचे सोने आपण करू शकतो हे नक्की.

बिग डेटाचे समकालीन महत्त्व

पुढील संपूर्ण दशक आर्टिफिशिअल इंटेलिजन्स आणि डेटा सायन्स यांच्या विविध अंगी होणाऱ्या विकासाशी संबंधित असणार आहे. त्यात होणाऱ्या विकासामुळे इतर अनेक क्षेत्रे नवीन भरारी घेतील हे नक्की. या संदर्भातील विविध आव्हाने पेलण्यासाठी तसेच त्यांच्यातील नुकत्याच झालेल्या किंवा होऊ घातलेल्या संशोधनावर एक नजर टाकणे योग्य ठरेल. बिग डेटा या त्यातीलच एका क्षेत्राबद्दल येथे थोडक्यात ऊहापोह घेत आहे.

जगात एका मिनिटाला विविध माध्यमांवर किती माहिती तयार होते ते पाहू. एका मिनिटाला स्नॅपचॅट या ॲपद्वारे २० लाखांहून अधिक फोटो शेअर केले जातात, ४० लाखांहून अधिक वेळा गुगलवर सर्च केले जाते, १० लाखांहून अधिक लोक फेसबुकवर काही ना काही शेअर करतात, ५० लाखांहून अधिक यूट्यूब व्हिडिओ बघितले जातात, १९ कोटींपेक्षा अधिक ई-मेल्स पाठवले जातात. या सर्व माहितीचे वर्गीकरण करणे, त्यातील योग्य आणि महत्त्वाची माहिती शोधणे हे आता एक आव्हान ठरत आहे. याचे कारण म्हणजे, ही माहिती तयार होण्याचा वेग प्रचंड असतो. अशी माहिती साठवणे, लागलीच त्या माहितीची खातरजमा करून त्यातील आपल्या गरजेची माहिती वापरून त्याचे तितक्याच वेगाने विश्लेषण करून निष्कर्ष काढणे, निर्णय घेणे आदी महत्त्वाचे असते. अशा अत्यंत वेगाने तयार होणाऱ्या भरमसाट, तसेच वैविध्यपूर्ण माहितीला बिग डेटा असे संबोधले जाते. विविध उद्योगधंद्यांमधे बिग डेटाचे महत्त्व वाढत आहे. उदाहरणार्थ, आरोग्यसेवेशी निगडित माहिती जसे, रुग्णांच्या मुलाखती, प्रिस्क्रिप्शन्स, औषधे, विविध चाचण्यांचे रिपोर्ट्स, एक्सरे किंवा तत्सम फोटोस, रुग्णाचे वय, इतिहास, अशा एक ना अनेक गोष्टी असतात, अशी माहिती साधारणपणे दरवर्षी २५०० एक्साबाईटपेक्षा

अधिक तयार होत आहे. म्हणजे साधारणपणे, ७ एक्साबाईट माहिती प्रत्येक दिवशी तयार होत आहे. हे प्रमाण दिवसागणिक वाढते आहे. मुख्य म्हणजे या माहितीचे विविध प्रकार पाहता एका चाळणीतून या सर्व माहितीला तपासणे शक्य नाही.

विविध माध्यमातून तयार होणारा डेटा प्रचंड असल्यामुळे तसेच प्रचंड वेगात येत असल्यामुळे त्याला क्लाऊडवर साठवणे, त्याचे विश्लेषण करणे, सध्या शक्य होत आहे. परंतु, नुकत्याच झालेल्या संशोधनानुसार तसेच सर्वेक्षणानुसार लवकरच क्लाऊडची डेटा साठवण्याची क्षमता पूर्णपणे वापरली जाईल व नवीन डेटाच्या विश्लेषणासाठीसाठी जागा कमी पडू लागेल. त्यासाठी, एज कंप्युटिंगचा किंवा छोट्या कंप्युटिंग क्लाऊडचा पर्याय उभा राहतो आहे. ते स्वस्तात व सहज उपलब्ध करण्याकडे कल वाढतो आहे, जेणेकरून बिग डेटाचे विश्लेषण लगेचच या छोट्या छोट्या क्लाउड्समधून करून फक्त महत्त्वाची माहिती केंद्रीय क्लाऊडकडे पाठवता येईल. यातून, नेळेची प्रचंड जचत होईल. 'नॅचरल लँग्वेज प्रोसेसिंग' हे एक यासंदर्भातील एक अत्यंत महत्त्वाचे

मोबाईल फोन्स, कॉम्प्युटर्स, इंटरनेट आदींमधून होणाऱ्या माहितीच्या प्रचंड देवाणघेवाणीतून क्लाउड कॉम्प्युटिंग या क्षेत्राचा जन्म झालेला आहे. आज एकट्या भारतात ८० कोटींहून अधिक स्मार्ट फोन्स वापरात आहेत. २०३० सालापर्यंत १३० कोटींहून अधिक स्मार्ट फोन्स वापरात असतील. आजमितीला जगात ६०० कोटींहून अधिक स्मार्ट फोन्स वापरात आहेत. प्रत्येक फोन महिन्याकाठी साधारणपणे ४० एक्साबाईट इतकी प्रचंड माहिती तयार करतो. ही माहिती ई-मेल्स, एसएमएस, फोटोज, व्हिडिओज, ऑडिओ, म्युझिक, फोन कॉल्स आदींच्या माध्यमातून तयार होत असते. असे जगातील साधारणपणे ६०० कोटी स्मार्ट फोन्स किती माहिती तयार करत असतील याची केवळ कल्पनाच केलेली बरी.

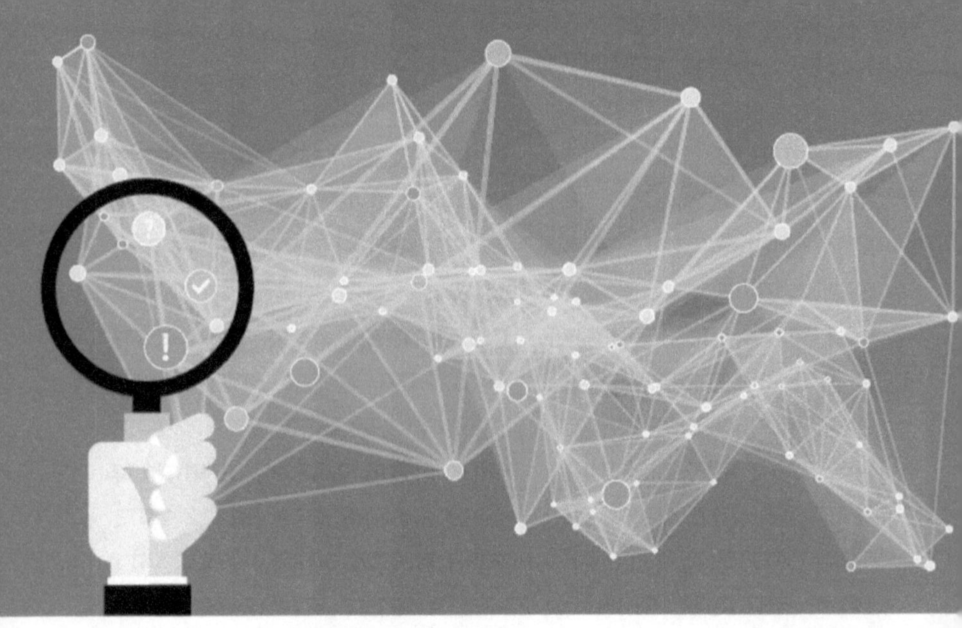

क्षेत्र आहे. ज्यामधे बोललेल्या, लिहिलेल्या परिच्छेदांचा योग्य संदर्भ व अर्थ लावणे, त्यातील ठरावीक शब्दांचा शोध घेणे, आदींचा समावेश होतो. विविध आशयाचे ईमेल्स, तसेच हजारो पानांची दस्तऐवज प्रत्येक सेकंदाला तयार होत असतात, त्यातील योग्य शब्द, वाक्ये शोधणे, त्यांचा योग्य अर्थ, कमीत कमी वेळेत व अचूकतेने लावणे अत्यंत गरजेचे असते. विविध इंटेलिजन्ट सॉफ्टवेअर्स त्यासाठी बनवण्यात येत आहेत. डीप लर्निंग अल्गोरिदम्सचा वापर यात आता वाढतो आहे. नुकत्याच प्रकाशित झालेल्या 'जर्नल ऑफ बिग डेटा' या नियतकालिकात अलेबाशू शिशे आणि बेतसेलोत यितागेसू या दोन संशोधकांनी यावर प्रकाशझोत टाकला आहे. त्यांच्या अनुमानानुसार गोपनीय माहिती, आक्षेपार्ह मजकूर आदींचा शोध घेण्यासाठी अशा अल्गोरिदम्सचा वापर गेल्या काही काळात वाढीस लागला आहे. इजिप्त, रशिया, कोलंबिया आदी देशांतील शास्त्रज्ञांनी संयुक्तरीत्या नुकताच या अल्गोरिदम्सचा वापर कोविडसंदर्भातील अहवाल वाचनासाठी केला आहे. माझ्या नुकत्याच प्रकाशित झालेल्या 'बिग डेटा ॲनालायटिक इन हेल्थकेअर' या पुस्तकात बिग डेटाच्या वापराच्या इतर महत्त्वाच्या मुद्द्यांप्रमाणे आरोग्य क्षेत्रात होणाऱ्या तसेच भविष्यातील वापराचा ऊहापोह सविस्तरपणे चर्चिलेला आहे. ज्यामध्ये शस्त्रक्रियेच्या नियोजनापासून, त्यातील लागणाऱ्या विविध साधनांच्या विषयींच्या नियोजनापर्यंत सर्व बाबींवर अभिप्राय दिलेले आहेत. 'डीप फेक' ही एक अगदी नवीन संकल्पना सध्या मूळ धरत आहे. ज्यामध्ये एखाद्या व्यक्तीचे हुबेहुब पण खोटे फोटो किंवा व्हिडिओ बनवता येऊ लागले आहेत. याचे जसे चांगले उपयोग

आहेत, तसेच अत्यंत वाईट उपयोग सुद्धा समोर येऊ लागले आहेत, ज्यामध्ये ठरावीक लोकांचे खोटे अश्लील व्हिडिओ बनवण्यापासून अमेरिकेचे पूर्व राष्ट्रपती डोनाल्ड ट्रम्प विशिष्ट समुदायाविरुद्ध आक्षेपार्ह विधाने करताना दाखवण्यात आले होते. ते खोटे असल्याचा खुलासा नंतर झाला, पण तोपर्यंत बरेच तास निघून गेले होते. येत्या काही काळात एखाद्याची प्रतिमा उंचावण्यासाठी किंवा डागाळण्यासाठी अशा डीप फेकच्या सहाय्याने बनवलेल्या व्हिडिओचे पेव फुटण्याची शक्यता आहे. विशेषतः निवडणूक काळात अशा गोष्टींना जोर येतो. अशा बिग डेटाची सत्यता लागलीच पडताळली जाणे, त्यावर तत्काळ योग्य कारवाई होणे अत्यंत गरजेचे आहे. या दृष्टीने विविध देशांतील संशोधक, तसेच सरकारे कामाला लागली आहेत, पण अजून तरी 'डीप फेक' व्हिडिओ बनवणारेच चार पावले पुढे दिसत आहेत.

आजवर बिग डेटासंदर्भात झालेले संशोधन अजूनही प्राथमिक स्वरूपाचे आहे आणि अजून कितीतरी आव्हाने पेलायची आहेत. भारतासारख्या देशात यावर केवळ व्यावहारिक उपयोगाचे संशोधन होणे अत्यंत गरजेचे आहे.

लेखक परिचय

आनंद ज. कुलकर्णी यांनी शिवाजी युनिव्हर्सिटी कोल्हापूर येथून मेकॅनिकल इंजिनीरिंगमधून पदवी व बोर्ड ऑफ टेक्निकल एज्युकेशन, मुंबई येथून पदविका मिळवलेली आहे. संशोधनात तसेच आर्टिफिशिअल इंटेलिजन्समधे विशेष रस निर्माण झाल्यामुळे पुढे त्यांनी त्या विषयात कॅनडातील युनिव्हर्सिटी ऑफ रजायना येथून पदव्युत्तर शिक्षण पूर्ण केले व पुढे सिंगापूर येथील जगप्रसिद्ध नानयांग टेकनॉलॉजिकल युनिव्हर्सिटी येथून डॉक्टरेट पूर्ण केली. त्याचबरोबर कॅनडातील युनिव्हर्सिटी ऑफ विंडसर येथे आरोग्यसेवा तसेच वाहतूक या विषयांत रिसर्च फेलोशिपसुद्धा पूर्ण केली. त्यानंतर त्यांनी पुण्यातील सिम्बायोसिस आंतराष्ट्रीय विद्यापीठात मेकॅनिकल इंजिनीरिंगचे विभागप्रमुख तसेच प्राध्यापक व संशोधक म्हणून सहा वर्षे काम केले. डॉ. कुलकर्णी सध्या एमआयटी वर्ल्डपिस युनिव्हर्सिटीमध्ये इन्स्टिटयूट ऑफ आर्टिफिशिअल इंटेलिजन्सचे संचालक म्हणून कार्यरत आहेत. त्यांनी आजपर्यंत विविध कीटके, प्राणी यांच्या कळपांच्या तसेच मानवी वर्तणुकींचे गणिती रूपांतर व पुढे कॉम्प्युटर कोडींग करून इंटेलिजन्ट अल्गोरिदम्स बनविले आहेत. कोहर्ट इंटेलिजन्स, आयडियॉलॉजी अल्गोरिदम, प्रोबॅबिलिटी कलेक्टिव्हज आदी पद्धती जगभरात विविध क्षेत्रांत वापरल्या जातात. डॉ. कुलकर्णी यांनी आजवर ७० हून अधिक संशोधनपर लेख तसेच १४ पुस्तके लिहिली आहेत. त्याचबरोबर विविध आंतरराष्ट्रीय नियतकालिकांत ते संपादक म्हणून काम करतात. त्यांचे कित्येक विद्यार्थी जगातील अनेक विद्यापीठांत तसेच कंपन्यांमधे संशोधक म्हणून कार्यरत आहेत. ते विविध विषयांत वर्तमानपत्रे, मासिकांमधून लेखन करतात. त्यांनी भारताबरोबरच अमेरिका, कॅनडा, सिंगापूर, मलेशिया, फ्रान्स आदी देशांत आर्टिफिशिअल इंटेलिजन्सच्या विविध पैलूंवर व्याखाने दिली आहेत.